PÀṢẸ FÚN ÒWÚRỌ̀

PÀṢẸ FÚN ÒWÚRỌ̀

PÀṢẸ FÚN ÒWÚRỌ̀

DR. D.K OLÚKỌ̀YÀ

PAṢẸ FÚN ÒWÚRỌ̀

ISBN **978-0615999296**

Atejade kini - Osu Kejila, Odun 2010.

A tee jade lati Iléltewé MFM

Ojulé 13, Ôpopo plasimbo, ti o kojusi ojü onà Olümo legbee lié *Ekô* Giga Fasitl ti

Èkô, Onike.

Àpô Ifiwé-ransé 2990' Sabo, Yaba, Ipinle Èkô, Orrtè Èdè Nàljma.

Eniti o ya àworan

niwâju ni Arablrin

ÀKÓÓNÚ

ORÍ KÌÍNÍ

ÀWỌN ÌLÀNÀ ỌRUN

Nínú ìwé yìí, a o dojúkọ ètò ẹ̀mí tí yóò mu o wọ ìpele tí ko si irú rẹ̀ ri nínú gbogbo ayé. Ọlọrun yoo ṣí ojú rẹ si àwọn ìjìnlẹ̀ otitọ kan ti yóò mu ìyípadà pátápátá wá si aye rẹ, èyí ti yóò sọ ẹ di ẹni ọ̀tọ̀.

Ìsọ̀rí yìí jẹ́ èyí ti ko wọ́pọ̀ to bẹ́ẹ̀ ti ọ̀pọ̀lọpọ̀ ènìyàn fi ń lo ìgbésí ayé wọn laimọ nkankan nípa rẹ̀. Bo ṣe wu ko rí irúfẹ́ ìmọ̀ bẹ́ẹ̀ lo n pinnu ọ̀pọ̀lọpọ̀ nǹkan.

Bó ṣe wu ko rí, òtítọ́ ni wí pé a ko le rí nǹkan ti a ń ṣe àgbéyẹ̀wò rẹ̀ nínú ìsọ̀rí yìí ni erefe ìwé mímọ́. Wọ́n dàbí ohun alumọni to farasin ti a si fi pamọ́. Fún ìdí èyí, a o ṣe àgbéyẹ̀wò ìwé mímọ́ tí o jinlẹ̀ julọ nínú ọ̀rọ̀ Ọlọ́run.

Ìjìnlẹ̀ ọ̀rọ̀ Ọlọ́run wọ̀nyí lè mú ìyàtọ̀ wa láàrin alàyè tàbí ẹni to n kú lọ, ẹni to n gbadun ìṣẹ́gun tàbí ẹni to ń jiya ìjákulẹ̀, ẹni to ń gbé lábẹ́ òṣì pọnbele tàbí ẹni to ń gbádùn ọrọ̀ yanturu.Ní otitọ, ohun ti ìwọ yóò ṣe àwárí rẹ̀ nínú ìwé yìí yóò pinnu ọ̀pọ̀lọpọ̀ nǹkan ni ayé rẹ, ninu ọjọ́ nínú ọ̀sẹ̀, oşu àti àwọn ọdún to ń bọ ni iwájú.

Ìwọ yóò şe àwàrí àşirí şişe işẹ́ agbára fún Ọlọ́run àti ìjọba nínú agbára Ọlọ́run ti o tayọ.

Nígbà tí o bá ti kọ́ láti gbàdúrà ni ìlànà yìí, nǹkan ti iwọ yóò şe àwári rẹ, yóò mu aye rẹ ni ìtẹ̀síwájú nípa iná.

ÀÌMỌ̀KAN

Ẹnikan tí şe àkíyèsí to péye, pe oke ìşoro ẹníkọọkan jẹ́ àìmọ̀kan rẹ. Ọ̀pọ̀lọpọ̀ nǹkan tí àwọn ènìyàn n jìyà fún ni ìgbésí ayé wọn ni a le tọ pinpin rẹ̀ si àìmọ̀kan. Nígbà tí o bá ti le borí oke àìmọ̀kan agbára yóò wà láti dojúkọ işorokişoro ni ìgbésí ayé rẹ.

Ìmọ̀ máà fún ọ ni agbára láti gba ẹ̀tọ́ rẹ nígbà ti o ba di ẹní to ní ìmọ̀ nípa ìjìnlẹ̀ nǹkan Ọlọ́run, ìwọ yóò si di gbígbóná ju fun èşù láti dojúkọ. Láti le mu àlá rẹ şẹ ni ẹkunrẹrẹ láyé, o nilo ìmọ̀.

Nígbà ti o ba si ti di ara rẹ̀ pẹ̀lú ìmọ̀, ìwọ yóò wa ni ipò ifọkansi daadaa láti le ni ìriri ìgbámú ọ̀rọ̀ Ọlọ́run lọna to ye kooro julọ.

A ka ọ̀kan nínú àwọn ìfihàn to yani lẹ́nu julọ nínú ìwé mímọ́ Jobu ***38:12-13***

Ìwọ pàṣẹ fún òwúrọ̀ láti ìgbà ọjọ rẹ̀ wá, ìwọ si mu ìlà òòrùn mọ ipa rẹ̀, ki o lé di opin ilé aye mu, kí a le gbọn àwọn ènìyàn buburu kúrò nínú rẹ̀.

Níhìn-ín Ọlọ́run n ba Jobu sọ̀rọ̀ nípa ọ̀kan nínú àwọn ìjìnlẹ̀ àṣírí láti jọba láyé. Jobu jẹ ẹlẹgbẹ Mose, gẹ́gẹ́ bi àwọn ọ̀mọ̀wé Bibeli tí sọ wí pé, ìwé Jobu ni o jẹ́ ìwé àkọ́kọ́ nínú Bibeli, Níhìn-ín Ọlọ́run n bèrè lọ́wọ́ Jobu bóyá o ti paṣẹ fún òwúrọ̀ rí.

Ẹ̀yà mìíràn tún sọ ọ báyìí, ǹ jẹ iwọ ti paṣẹ fún òwúrọ̀ ri? N jẹ́ iwọ ti rán òwúrọ̀ lọ si ibi to yẹ rí?

Ẹ̀yá ìwé mimọ mìíràn tún sọ báyìí pé ni gbogbo ìgbésí ayé rẹ. Ǹ jẹ ìwọ ti paṣẹ fún òwúrọ̀ rí? N jẹ́ iwọ ti fi òwúrọ̀ sibi to yẹ láti le jẹ́ ki o ni ìgbámú origun mẹ́rin ayé ki o si gbọn gbogbo iṣẹ́ ibi kúrò nínú rẹ̀?

Awọn eléyìí jẹ ọ̀rọ̀ ìwé mímọ́ to jìnlẹ̀. Ẹ jẹ́ ki a ṣe àyẹ̀wò àwọn ẹsẹ ìwé mímọ́ to dá lórí agbára ìṣẹ̀dá. Nínú ìwé Gen *.1.1,* ìwé mímọ́ sọ wí pé ni atetekọṣe Ọlọ́run da ọ̀run oun ayé. A sọ fún wa pe Ọlọ́run da àwọn ọ̀run. Ṣe akiyesi wí pé ọ̀run kì í ṣe ọ̀kan ṣoṣo, ìwé mímọ́ ṣe àfihàn ọ̀run mẹ́tà, Ọ̀run tí o gá julọ èyí ti a fihàn gẹ́gẹ́ bí ọ̀run kẹta, jẹ́ ìtẹ́ Ọlọ́run. Nínú ìwé *2* Kor. *12:2-4*, ìwé mimọ sọ wí pe; Emi mọ ọkùnrin kan nínú Kristi ni ọdún mẹrinla sẹ̀yín, (yala nínú ara ni, èmi ko mọ, tàbí láti ara kúrò ni, èmi ko mọ̀. Ọlọ́run ni o mọ̀) a gbe iru ènìyàn bẹ́ẹ̀ lọ sí ọ̀run kẹta. Èmi si ti mọ irú ọkùnrin bẹ́ẹ̀ .

Bi a ti gbee lọ sókè si paradise ti o si gbọ ọ̀rọ̀ tí a ko le sọ, ti ko tọ fún ènìyàn láti maa sọ.

Ọ̀run kẹta la ṣe àpejuwe rẹ̀ gẹ́gẹ́ bi párádísè Ọlọ́run.

Bibeli tún ṣe àfihàn ibi tí a pé ni ọ̀run keji, èyí to jẹ́ ibùgbé àwọn ẹ̀mí kẹ̀mí. Àwọn ẹ̀mí búburú ni àwọn eléyìí.

Bibeli sọ ni Efesu *6.12* Nítorí pé kìí ṣe ẹ̀jẹ̀ àti ẹran-ara ni awa n ba jijakadi, ṣùgbọ́n àwọn ìjòyè, àwọn ọlọ́lá, àwọn alaṣẹ ibi òkùnkùn ayé yìí, àti àwọn ẹ̀mí buburu ni ojú ọ̀run.

Ọ̀run kejì yìí jẹ́ ibùgbé àwọn ẹ̀mí ìkà. A tun ṣe apejuwe rẹ̀ gẹ́gẹ́ bi ibùgbé àwọn oniṣẹ ibi.

A ṣe apejuwé ọ̀run kéjì bàyìí, Orin Dafidi *74:20* Juba májẹ̀mú níí: nítorí ibi okùnkùn ayé wọnni o kún fún ìbùgbé ìkà

Bibeli tún sọ fún wa nípa ọ̀run kinii o tún ṣe àpéjúwe eléyìí nínú ìwé Gẹnẹsisi *1:14.*

Ọlọ́run si wí pe, ki àwọn imọlẹ ki o wà li ofurufu, ọrun, láti pala ọ̀sán oun òru; ki wọn ki o si ma wà fún àmì àti fún àkókò àti fún ọjọ́, àti fun ọdún.

Ọlọ́run da àwọn ọ̀run o sì pín iṣẹ́ wọn:

- láti ya ọ̀sán kúrò ni òru
- fún àmì

- fún àkókò
- fún ọjọ́
- fún ọdún

Ọlọ́run si tún tẹ̀ síwájú láti mú ki àwọn nǹkan ti a le ṣe àpèjúwe rẹ gẹ́gẹ́ bi ìlànà tún wà.

Gen. 1:15-18:.....Ki wọn ki o si jẹ́ ìmọ́lẹ̀ ni ofurufu ọ̀run, lati mọlẹ̀ sori ilẹ: o si ri bẹ́ẹ̀. Ọlọrun si dá ìmọ́lẹ̀ ńlá meji, ìmọ́lẹ̀ ti o tóbi lati ṣe àkóso ọ̀sán, ati ìmọ́lẹ̀ ti o kere lati ṣe àkóso òru, o si dá awọn ìràwọ́ pẹlu. Ọlọrun si sọ wọn lọ́jọ́ li ofurufu ọrun, lati ma tan ìmọ́lẹ̀ sori ilẹ. Ati lati ṣe àkóso ọ̀sán ati àkóso òru, ati lati pàlà ìmọ́lẹ̀ oun okunkun; Ọlọrun si ri pe o dara.

Àkọ́lé yìí ṣe àfihàn àwọn ilànà nǹkan ti o wa ni ọ̀run. Àwọn nǹkan to wà ni ọ̀run ti ni àṣẹ láti ṣe àwọn iṣẹ́ kan. Àwọn tí ó wà ni ìjọba okunkun si ti n lo anfaani lórí àwọn ìlànà náà. O ṣe ní làánú wí pé àwọn ènìyàn Ọlọrun ko mọ àtúnbọ̀tán àwọn ìlànà wọ̀nyí. Nítorí ìdí èyí satani tẹ̀síwájú láti ma lo ipò yìí láti gbinlẹ lórí àimọ̀kan Kristẹni onígbàgbọ́.

Nínú àlàyé òkè yìí, a ríí wí pé ìmọ́lẹ̀ kó ipa pàtàkì ni ìgbésí ayé ènìyàn. Gbogbo ohun ti o wà lórí ilẹ̀ ni o nii ṣe pẹ̀lú ìmọ́lẹ̀, ọjọ́ orí rẹ níí ṣe pẹ̀lú ìmọ́lẹ̀ àti Ìdàgbàsókè.

Agbára kan wa ti o ń ṣe àkósó ìmọ́lẹ̀. Nínú ọ̀rọ̀ yìí ni ọ̀rọ̀ onisaamu ti ṣe pàtàkì. Orin Dafidi ***121:6*** òòrùn kí yóò pa ọ nígbà ọ̀sán, tàbí òṣùpá nigba òru.

ÌJỌ́SÌN ÈṢÙ

Àwọn agbára ọ̀sán àti òru n gbé nínú òòrùn àti oṣùpá. Àwọn agbára okùnkùn tẹ̀síwájú láti máà lo agbára ìṣẹ̀dá lòdì si àwọn onígbàgbọ́ ti o ti ni ayanmọ láti jọba lórí gbogbo ipa okùnkùn wọ̀nyìí. Agbárá wà to ń ṣe àkóso òru. Agbára si tún wà to ń ṣe àkóso ọjọ́. Nígbà ti Ọlọ́run dá òòrùn àti oṣupa àti àwọn ìràwọ̀, O fun wọ́n ni agbára ǹla. O da wọ́n kí wọn ba lè gbé ogo rẹ̀ yọ. Eleyii ṣe àlàyé idi ti Ọlọ́run fi ṣee ni èèwọ̀ láti sin òòrùn, oṣupa àti ìràwọ̀. Àwọn alágbára okùnkùn ń ṣe lodi si àṣẹ Ọlọ́run nípa lilo agbára ti o wa nínú òòrùn, oṣupa àti ìràwọ̀ lọna ti ko tọ́.

Nítorí èyí ni àwọn ẹlẹmí èṣù lọ́kùnrin àti lobinrin fi ń lo àwọn agbára ọ̀run wọ̀nyí láti ṣe jamba fún àwọn alaimọkan. A da ọ̀run láti sọ̀rọ̀ ogo Ọlọ́run. Ọlọ́run da àwọn ọ̀run láti fún ayé ni ìmọ́lẹ̀ Agbára okunkun àti àwọn ọta Ọlọ́run ti gba àwọn agbára òru láti ma lo o nisinsiyi, láti ṣe ìjọ́sìn satani àti láti ma ṣe iṣẹ ibi.

Àwọn ọmọ eṣu ti rí ohun ìjà oloro nínú àwọn agbára ọ̀run láti máa ṣe iṣẹ́ ibi. Ọ̀pọ̀lọpọ̀ ẹ̀mí lo ti sọnu, ọ̀pọ̀lọpọ̀ ilé lo tí bajẹ, aimoye ayanmọ lo ti ke kuru àti ọ̀pọ̀lọpọ̀ ijamba ni wọn ti ṣetó silẹ.

Níwọn ìgbà ti a bá ṣi jẹ́ alaimọkan búburú yóò tẹ̀síwájú láti máà jọba lórí ohun rere àti pe àwọn ọmọ okunkun yóò máà tẹ̀síwájú láti má jẹ àwọn ọmọ ìjọba níyà.

Àyípadà gbọ́dọ̀ wà. Agbára gbọ́dọ̀ paarọ ọwọ́. Gẹ́gẹ́ bi ọmọ Ọlọ́run a gbọdọ̀ gba ipoo wa kí a si bẹ̀rẹ̀ si ni ṣe àkóso. Ọlọ́rún ń fẹ́ kí a jọba lórí àwọn ẹ̀mí, àti ẹ̀dá òkùnkùn.

Àwárí àṣiri ìjinlẹ̀ wọ̀nyí gbọdọ mu ọ̀nà tuntun wá si ayé rẹ. Dípò ki o gba eṣu àti àwọn iranṣẹ rẹ̀ láàye láti máà tẹri rẹ ba, o gbọ́dọ̀ digun ijà lọ sí ẹ̀nu ọ̀nà àwọn ọ̀tá ki o si bẹ̀rẹ̀ si gaba lórí wọn.

Tí o bá jẹ ijẹ ayídayida àwọn agbára ọ̀run, gbigba àdúrà bí afọju ko ni mu ipo náà yípadà. Rironu àti ṣé ìtúsílẹ̀ ko le mu ojútùú wá fún ìṣoro náà. Fún àpẹẹrẹ bí ẹnikan bá gbé pẹpẹ lòdì si aye rẹ̀ nínú irawọ, o kò lé gbogun ti ogun yìí pẹ̀lú ṣiṣe ituṣilẹ̀ nìkan. O gbọ́dọ̀ kọ́ bí a ṣe le gbogun ti idojukọ yìí pẹ̀lú ohun ija kan náà.

A ko gbọ́dọ̀ ṣe alaimoye ìtúsílẹ̀. O jẹ mimu kúrò gbogbo ìdọ̀tí ti ó jọba okunkun.

Bo tí wu ko rí eléyìí ki ṣe igbimọ lòdì si ọ nínú ìjọba

ọrun . Bí o sì ti ni ìmọ̀ tuntun nípa àwọn ìlànà ọ̀run yìí, o gbọ́dọ̀ mura fún ogun.

Kókó Àdúrà

1. Gbogbo agbára to ń lo òru láti fa mi lulẹ̀, ìwọ òòrùn sọ wọ́n nu, ni orúkọ Jesu
2. Ìwọ ọjọ́ dìde ki o sí fún mi ni ipin mi, ní orúkọ Jesu.
3. Ìwọ ọjọ́ dide ki o gegun fún agbárakágbara to ń jí ipin mí, ni orúkọ Jesu.
4. Gbogbo agbára ìkà nínú ọ̀run, tó ń dúró fún ẹbí mi kú, ni orúkọ Jesu.
5. Gbogbo ọpa ìpọ́njú láti ọ̀run fọ́, ni orúkọ Jesu.
6. Iṣorokiṣoro to ba fẹ pa mi kú, ni orúkọ Jesu.
7. Gbogbo agbára tó n sọ̀rọ̀ lodi si mi pẹ̀lú ami ororo satani, ìwọ òòrùn da ọfà wọn padà si wọn, ni orúkọ Jesu.

8. Gbogbo ọfà àjẹ́ atirandíran kú, ni orúkọ Jesu.
9. Gbogbo ohun ti àwọn agbára òru jí nínú ayé mi, mo gba yin padà nípa iná, ni orúkọ Jesu.
10. Ìwọ agbára àjẹ́ ìdílé olorogun, kú ni orúkọ Jésu
11. Ìpọ́njú ọjọ́ kú, ni orúkọ Jesu.
12. Gbogbo agbára odi to ń fo, ti a yan lòdì si ayanmọ mi, àwọn Angeli Ọlọ́run yóò lé yín, ni orúkọ Jesu.

ORÍ KEJÌ

OHUN ÌJÌNLẸ̀ AGBÁRA ỌRUN KEJÌ

Ohun tí o wa ni òkè ọ̀run ju ohun to ń bẹ ni èrò rẹ lọ. Yàtọ̀ sí ofurufu tí o yi ayé ká, a tún ni ọ̀run kẹ́ta àti ọrun kejì. Nínú orí ìwé yìí a o sọ lórí ohun ìjìnlẹ̀ àwọn ọ̀run kejì.

Ọlọ́run nìkan ṣoṣo lo ni ọ̀run kẹ́ta, o jẹ́ ibi ti àwọn agbára òkùnkùn kò nípa láti dé rara. Nibi yìí Ọlọ́run nìkan lo ń ṣe akoso. Àwọn ogun ọ̀run àti Angẹli mímọ nìkan lo ń ṣe akoso pọnbele. Láti ni ààyè si ilé ọba yìí, o gbọ́dọ̀ jẹ ẹni mímọ́ nínú àti níta. Àwọn ẹmi buburu ko le ṣe aṣeyọrí láti wọ́nú ile ọba yìí.

ÌPÀTẸ ÌKÀ

Àwọn ọ̀run kejì jẹ́ ibi gbagede to yàtọ̀ patapata.Àwọn ẹ̀mí buruku àti iṣẹ wọn jijọ n fija pẹẹta ni. Ìdíje wa fún ìwà ìkà tí o ga júlọ. Ètò àwọn ẹ̀mí ìkà wà ni àwọn ọ̀run kejì.

Tí a bá ń sọ nípa àwọn ẹ̀mí ìkà, a ń sọ̀rọ̀ nípa àwọn ẹ̀mí tí o ni ìkà ju èsù fún rarẹ̀ lọ. Àwọn ẹ̀mí yìí buru de ibi pe ẹ̀ṣù ko ni agbára ìjànù lórí wọn. Àwọn ẹ̀mí wọ̀nyí ni a le ṣe apejuwe wọn gẹ́gẹ́ bi ìkà ti o gbe àgọ̀ ara wọ̀.

Ní ipele kan náà yìí a tún rí àwọn agbára ti a ń pé ni ẹ̀mí atirandiran. Ọ̀pọ̀lọpọ̀ lo ń gbàdúrà tọsan toru tí wọ́n ko ni ẹri láti fihàn.

Nígbà tí àwọn ènìyàn bẹ̀ẹ̀ ba gba àdúrà, Ọlọ́run máà ń ran èsì wá láti ọ̀run sí ayé. Sibẹsibẹ òkúta idènà ti ẹ̀mí tó wà ni ọ̀run kejì máà ń fa idiwọ fún èsì láti wá silẹ. Àwọn ẹ̀mí irandiran yóò dìde dúró bi ipa agbára tako ọjọ́ láti ṣe ìdènà fún àwọn angẹli ibukun láti mú iṣẹ iyanu àti àlàjá wá silẹ fún àwọn to fẹ́ gba a ní ayé.

Ohun tí awọn onígbàgbọ́ ode oni nilo ni agbára àti ẹ̀mí Elija. Àwọn ẹ̀mí olorikunkun irandiran ko fẹ́ láti jọwọ ènìyàn, a nilo láti pé ina Ọlọ́run sọkalẹ. Ní kété tí àdúrà rẹ ba gòkè lọ si ọ̀run nipasẹ kẹ̀kẹ́ ina yóò wọ inú ibi ti o ní agbára ìdènà tó ga julọ.

ÌRÍRÍ DANIELI

A nilo idigun pàtàkì láti dojúkọ àwọn agbára olorikunkun ọ̀run. A nílò láti tako wọn pẹ̀lú ohun ìjà bii ìbọn nígbà gbogbo. Danieli gba àdúrà. Ọlọrun si gbohun rẹ̀. o si rán èsì wá láti ọ̀run. Síbẹ̀síbẹ̀ o ni iriri idaduro láti ọ̀run kejì.

Danieli wà lori eékún rẹ fún ọjọ́ mọkanlelogun ṣùgbọ́n Ọlọ́run ti fi esì àdúrà rẹ̀ ranṣẹ láti ọjọ́ kinni. Ọlọ́run rán angẹli kan láti mú èsì wá fún Daniẹli ni ọjọ́ kan náà. Ní ọ̀run kejì ni agbára ìkà èyí ti a n pe ni ọba Persia ti ṣe idabu ìkà. Agbára ìkà yìí ní agbára tó bẹ̀ẹ̀ gẹ́ láti dojúkọ angẹli ibukun Danieli. A dúpẹ́ fún Ọlọ́run wí pé Danieli ko ni ìrẹ̀wẹ̀sì ọkàn, o tẹsiwaju.

Tí Danieli ba ti pinnu láti dide lórí eékún rẹ̀ ni ọjọ̀ kinni, angẹli náà ki ba ti le tẹ siwaju. Àdúrà Danieli mú iranlọwọ wá láti ọ̀run, O borì nítorì pe o tẹ siwaju. O ni agbára láti ni iriri alaja láti ọ̀run nítorí pe o ṣẹ̀gun ni ọ̀run.

Nigba tí a ba wo gbogbo iṣẹ́ buburu àwọn ẹ̀mí ìkà, a o ri wí pé àwọn ẹ̀mí ti o buru julọ ṣùjọ́ si òkè orí wa nínú àwọn ọ̀run. Wọ́n ṣeto ibugbe wọn si àwọn ọ̀run kejì. A nílo láti dojú kọ àwọn ẹ̀mí wọ̀nyí. A gbọdọ sọ wọn di alailagbara ki a si ṣẹgun wọn.

Àṣẹ Àwọn Onígbàgbọ́

Bí o bá jẹ àtúnbí .o yẹ ki o máà lo àwọn àṣẹ àti agbára. Àṣẹ tí a fún ọ láti ọ̀dọ̀ Ọlọrun jẹ èyí ti o le lo lórí gbogbo iṣẹ́ ìṣẹ̀dá A ti fún ọ ní agbára láti lo àṣẹ lórí òòrùn, òṣùpá àwọn ìràwọ̀ àti ogun ọ̀run.

Orin Dafidi 8.6 sọ wí pé ìwọ̀ muu jọba lori iṣẹ́ ọwọ́ rẹ̀, ìwọ si ti fi ohun gbogbo sàbẹ̀ ẹsẹ̀ rẹ̀.

Ọlọ́run ti fi gbogbo nǹkan si abẹ̀ akoso rẹ. Gẹ́gẹ́ bi ọmọ Ọlọ́run o ni ìgbámú lórí gbogbo nǹkan ti a ṣe ẹ̀dá rẹ èyí to ni ẹmi àti èyí tí ko ni ẹmi.Ko si bi ẹranko ṣe le ni agbára tí, o kó le muso si abẹ ìṣàkóso rẹ.

Èjo Buburu

Láipẹ̀ yìí àwọn ìsọ̀rí ajihinrere jẹ́ ẹ̀rí kan pẹ̀lú mi . Wọ́n rin irin ajo lọ si ileto kan ní apa ìwọ òòrùn Naijiria fún iṣẹ ihinrere. Gẹ́gẹ́ bi ètò iṣẹ̀ ihinrere wọ́n gba àwẹ̀.

Ní kété tí wọ́n fẹ jẹun lẹyin àwẹ̀ wọn, ohun meriri kan ṣẹlẹ̀, ìjì lile kan fẹ́, o si fẹ aṣọ arabinrin kan nínú ẹgbẹ́ ihinrere yìí lọ. Kí o to di wí pé ìṣẹ̀lẹ̀ yìí ṣẹ̀, ọmọbìnrin fi idi kalẹ̀ láti máà jẹun ni. O sí pa, ounjẹ rẹ̀ tì lẹsẹkan náà, o si sáré láti lọ mu aṣọ rẹ̀. nígbà ti o ma padà de ibi ounjẹ o ri ohun àjẹ̀jì to dàyá foo. O rí ejo ere tó ń jẹ́ àkàrà tó fi sílẹ̀ tí o sì n mú omi tí o wà nínú abọ rẹ̀.

O ke ìbòsí gbogbo àwọn ẹgbẹ́ rẹ̀ le ejo náà wọn si paa. Wọ́n da ororo ti a yan sii wọn si sun nínà di eru. Laisi aninani eléyìí jẹ́ iṣẹ̀lẹ̀ àjèjì. Àwọn ara ileto yìí sọ wí pé àwọn ko ri ejo irubẹ ri ni àgbegbè wọ́n.

Eleyìí jẹ́ igbogun ti ṣùgbọ́n nígbà tí ìránṣẹ́ satani yìí wa o ṣe alaba pàdé iparun rẹ̀. ijà nínú àwọn ọrun jẹ́ èyí tí o gbọdọ jà láti yè tàbí ki o ṣègbé, ko sì agbede mejì. Otitọ àti lile koko ogun yóò jẹ́ èyí tí ko ní pẹ́ hàn sí àwọn to ń jo kiri tí wọ́n si jẹ́ ẹlẹsin ìgbàlódé ko ni pẹ ko ni jìnà tí wọn yóò yipada láti bẹ̀rẹ̀ si ni gba adura kikan kikan. Ọpọlọpọ àwọn ẹlẹ́sìn ìgbàlódé yóò ṣe àwárí laipẹ jọjọ pe àti jaja borí ni ìgbà ikẹ́yìn nii ṣe pẹ̀lú àdúrà ti o nípọn.

ORÍ KẸTA

ÌṢÉGUN NÍNÚ ÀWỌN Ọ̀RUN

Àwọn ẹgbẹ ogun ìkà wà nínú àwọn ọrun.Iṣẹ́ tí wọn ní ṣiṣe ètò àti mimú iṣẹ́ buruku ṣe. Àwọn ni agbátẹrù gbogbo ìwà iká tíì baye jẹ́. Àwọn lo ń pinnú ti ń wọ́n si ń mú gbogbo iṣẹ́ ìkà to ń lọ́ lágbayé wà si mímú ṣẹ. Wọ́n si kun àwọn ọ̀run pẹ̀lú ìkà. Bó ṣe wu ko ri, Ọlọ́run ti fun wa ni akoso lórí gbogbo nǹkan to wà ni àwọn ọ̀run àti àwọn ẹmi to ń jọba lórí wọn. Ọlọ́run ti fún wà lágbára láti jọba lórí òòrun, oṣupa àti àwọn ìràwọ̀. Ọlọ́run mọ̀ wípé àwọn agbára ọ̀run le ṣe aṣemaṣe. O mọ wí pé àwọn ọmọ okunkun le yí iṣẹda pada. Nítorí èyí, o fun wa ni agbára iṣakoso, èyí ti o lero pe yóò jẹ ki a le mu àwọn ohun ìṣẹ̀dá àti àwọn ẹ̀dá so. Ọlọrun ti fún wa ni agbára lati daabo bo gbígbé ayé wa ni ode ayé.

Bibeli sọ nínú ìwé Luke ***10:19.***

Kiye sii, èmi fún yin li àṣẹ láti tẹ ejo àti akeekee mọ́lẹ̀, àti gbogbo agbara ọ̀tá. Ko si si ohun kan bí o ti wú ki o ṣe , ti yóò pa yin lára.

A ti fun ọ lágbára láti le ṣe àkóso lórí gbogbo iṣẹ́ ìṣẹ̀dá. A ti fún ọ lagbára láti jọba lórí gbogbo agbára okunkun àti àwọn ẹmi. Ṣùgbọ́n tí àwọn agbara okunkun ba ṣe awari pé ìwọ ko mọ ẹ̀tọ́ rẹ ni ijọba Ọlọ́run, wọn yóò gbinyanjú lati da ọ láàmu. Ọlọ́run paapaa mọ wí pé a le lo àwọn ẹ̀dá ọrun láti da wa laamu. Nitorí èyí lo fi pàṣẹ fún wa láti lo agbára ìjọba lórí gbogbo ìṣẹ̀dá.

A ni àwọn apẹẹrẹ tó pènìyàn nijà nínú ọ̀rọ̀ Ọlọ́run níbi tí a ti gbakoso lórí iṣẹ́ ìṣẹ̀dá. Akọsilẹ ọkùnrin àti obìnrin wà, èyí tí o gbogun ti àwọn ìṣẹ̀dá. Mose jẹ́ apẹẹrẹ daadaa.

Eksodu. ***10:12-22*** Olúwa si wí fún Mose pé, na ọwọ́ rẹ sorí ilẹ̀ Egipti nítorí eṣú, ki wọn ki o le wa sórí ilẹ̀ Egipti, kí wọn kí o sí le jẹ gbogbo eweko ilẹ̀ yìí, gbogbo eyití yinyin ti ku silẹ̀. Mose sí na ọpa rẹ si orí ilẹ̀ Egipti, Oluwa si mu afẹfẹ ila oorun kan fẹ́ si ori ilẹ̀ náà ni gbogbo ọsan náà àti gbogbo oru náà. Nígbà ti o di owurọ, afẹ́fẹ́ ilaoorun mú àwọn eṣu naa wa. Àwọn eṣú náà si goke sorí ilẹ̀ Egipti gbogbo wọn si bà si ẹkun Ègipti gbogbo; wọ́n pàpọ̀ ju, ko si iru eṣu bẹ́ẹ̀ ṣajú wọn, bẹ́ẹ̀ ni lẹ́yìn wọn iru wọn kí yóò si si. Nítorí tí wọ́n bo ojú ilẹ̀ gbogbo tó bẹ́ẹ̀ ti ilẹ̀ fi ṣu, wọ́n si jẹ gbogbo ewéko ilẹ̀ náà. Àti gbogbo èso igi ti yínyin ku silẹ. Kò si ku ohun tutu kan lára igi, tàbí lara ewéko, ja gbogbo ilẹ̀ Egipti. Nígbà náà ni Farao ranṣẹ pe Mose àti Aarọni kankan, o si wí pé, Emi ti ṣẹ̀ si Olúwa Ọlọ́run yin, àti si yin, Ǹjẹ́ nítorí náà èmi bẹ̀ yín, ẹ fi ẹṣẹ mi ji mi lẹ́ẹ̀kan ṣoṣo yìí, ki ẹ si bẹ Olúwa Ọlọ́run yin, kí o lè mu iku yìí kurò lọ́dọ̀ mi. Oun si kúró níwajú Farao, o si bẹ Oluwa. Oluwa si yi afẹ́fẹ́ iwọ oorun lilé-lile ti o fẹ́ àwọn esu náà kúrò, o si gbá wọn lọ sínú okun pupa, ko si ku eṣú kan ṣoṣo ní gbogbo ẹkun Egipti. Ṣùgbọ́n OLÚWA mu àyà Farao le, bẹ́ẹ̀ ni ko si jẹ́ kí àwọn ọmọ Israeli ki o lọ. OLÚWA sí wí fún Mose pé, Na ọwọ rẹ si ọ̀run, ki okunkun ki o ṣú yíka ilẹ̀ Egipti, a ni okunkun ti a, le fọwọ ba. Mose na ọwọ́ rẹ̀ si ọrun, okùnkùn biribiri si ṣú ni gbogbo ilẹ̀ Egipti ni ọjọ mẹ́ta

Mose sọ ilẹ Egipti sinu okunkun nípa ṣiṣe eléyìí o ni agbára láti dojú kọ àwọn agbára Egipti. Elijah bakan náà lo agbára iṣakoso lórí àwọn ogun ọ̀run. Bí o tilẹ̀ jẹ́ wí pé obìnrin ni Debora bakan naa lo tún paṣẹ fún àwọn irawọ, o si tún ran, wọn niṣẹ Onídajọ 5:18:20. Sebulumi àti Nafitali li àwọn ènìyàn, ti o fẹmi wọ́n wewu ikú, ni ibi giga papa. Àwọn ọba wọn ja, nígbà náà li àwọn ọba Kenaani ja ni Taanaki leti odo megido: wọn ko si gba ere owo. Wọn jà láti ọrun wá, àwọn ìràwọ̀ ní ìpa wọn bá sisera jà.

Isaiah náà tún ṣe takuntakun. O da oorun Ahazi padà ni wọ́n mẹ́wàá.

Isaiah *38:8* kiyesi i èmi o tún mú ìwọn ojiji tí o ti sọ̀kalẹ̀ laára agogo òòrùn Ahazi padà ni wọ́n mẹ́wàá nínú iwọn ti o ti sọ̀kalẹ̀.

Joshua bákan náà paṣẹ fún oorun pé kí o dúró si ojú kan. O lo agbara lorí ọkan nínú àwọn ìṣẹ̀dá ọ̀run.

Josua 10.12. Nígbà náà ni Josua wí fú OLÚWA li ọjọ́ tí OLÚWÀ fi àwọn Amori fún àwọn ọmọ Isreali, o si wí li ojú Israẹli pe, ìwọ, oorun dúró jẹ́ lórí Gibeoni, àti ìwọ, òṣùpá lí afonifoji Aijaloni.

Bí àwọn ènìyàn inú bibélì wọ̀nyí ba le gbakoso lórí àwọn ohun ìṣẹ̀dá, ìwọ le gbakoso lórí àwọn iṣẹ̀dá, ìwọ le ṣe jubẹ lọ ní òní.

A nílò láti taji kí a si lo agbára ti Ọlọ́run fi fún wa. O le lo aṣẹ rẹ lórí oorun, oṣùpà àti àwọn irawọ. O le mu òjò láti ma rọ̀. O le ṣètò sí àwọn ọ̀run kí ò si jẹ́ ki ohunkohun gbọ́ tirẹ̀.

Ìtíjú Mójòmójò

Ní ọdún díẹ̀ sẹyin, arabìnrin Kristẹni kan lo agbára ẹ̀tọ́

rẹ̀ láti paṣẹ fún òjò. Baba rẹ̀ kú o si ṣètò láti sinkú baba rẹ̀ ni ọjọ́ kan.

Níbi tí wọ́n tí ń ṣe ayẹyẹ ìsìnkú yìí ni àwọn aṣójú satani wá láti ṣe ìdiwọ́, wọ́n sọ wí pé àwọn ni ẹní to ń mu òjò. Wọ́ n bèrè fún ewúrẹ́, adiẹ àti iye owo kan, wọ́n si wí pé ti wọ́n ko ba fún wọn ní nǹkan wọ̀nyí àwọn yóò fa ìdíwọ́ fún ètò ìsìnkú náà.

Arabinrin yìí si didé o sọ wí pé "Ǹ jẹ́ ẹ mọ ẹni tí mo jẹ́? E ko lè ṣe ìdìwọ kankan. Ọlọ́run ti fún mi ni agbára lórí gbogbo ẹ̀dá ohunkohun. Ẹ kò le ṣe ìdíwọ́ fún ètò ìsinkú yìí. Ẹ le gbiyanju ṣùgbọ́n ẹ o kùnà.

Àwọn amójò náà si lọ pẹ̀lú ìbínu. Wọ́n si fa òjò pẹ̀lú agbára òkùnkùn wọn. Lopin ọjọ, òjò rọ̀ ṣùgbọ́n ohun ajoji kan ṣẹlẹ̀. Òjò náà ko rọ̀ dé ibi ayẹyẹ ìsínkú, àgbárá òjò náà pọ jọjọ. Agbára pààrọ̀ ọwọ, àwọn ọkùnrin mẹ́ta amójò náà si kú sinú àgbárá ojo tí wọn fa.

Bí o bá lo agbára rẹ̀ lórí agbára ẹmi òkùnkùn, ìwọ yóò

má borí nígbà gbogbo. A gbọ́dọ̀ mọ wí pé àwọn aṣojú satani yìí ti yí ètò wọn pada gẹ́gẹ́ bi wọ́n ṣe ń ṣe iṣẹ́ ibi. Àwọn ìkà satani kìí fi òògùn wọn kọ́rùn mọ́.

Wọn kìí tilẹ̀ nlo oogun tàbí ìgbàdí mọ. Wọ́n ti pegede de ipò ti wọ́n fi n ta agbára láti àwọn ọ̀run. Gẹ́gẹ́ bi àwọn ènìyàn ti ń lo ẹ̀rọ ayelujara ti a ń pé ni (Internet) láti mọ gbogbo nǹkan to ń ṣẹlẹ̀ ni orílẹ èdè káàkiri, bẹ́ẹ̀ ni àwọn alágbara burúkú wọ̀nyí ń ṣe láti gba ìròyìn satani láti àwọn ọrún.

A gbọ́dọ̀ ni òye ọ̀nà tuntun ni ìjọba okùnkùn àwọn áṣójú òkùnkùn ma ń so mọ́ àwọn ọrun láti ṣe iṣẹ̀ ibi wọn. Tí àwọn ọmọ òkùnkùn bá lè lo agbára wọ́n de ipò tó jẹ́ iyánú báyìí, ń jẹ́ ki ní àwa ń ṣe? Ẹ jẹ́ ka ṣe ayẹ̀wò àwọn akorí tí wọ́n fún wa yìí.

Job 38:12-13 iwọ pàṣẹ fún owúrọ̀ láti igbà ọjọ rẹ̀ wa, iwọ si mú ila òòrùn mọ ipo rẹ kí a le di opin ilé ayé mu, kí a le gbọn àwọn ènìyàn buburu kúrò nínú rẹ̀.

Bibeli sọ fún wa pé o yẹ́ kí a paṣẹ fún owúrọ̀ ki a ba le mu ìwà ika so. Bí wọ́n ba sọ fún wa pe ki a gbọn ika nínú ayé, eyí fi han wa pe ika náà tún jọba si àwọn ọrun bi a ba kọ láti gbé igbesẹ, iwa ika yóò wa bákan náà.

OLÙKỌ́ ÀTI ÒSÙPÁ

Arábìnrin Kristẹni nígbà kan ṣe àwárí aṣiri èyí tí a fẹ́ sọ nínú isọri yìí. O gba àwọn ajoji koko àdúrà kan èyí tí a ma ń gba àwọn ènìyàn niyanju láti gba. Ọlọ́run si fi àwọn ifihàn to ba ni lẹ́rù hàn an lẹ̀yìn àdúrà. O rì olùkọ́ àwọn ọmọ rẹ̀ ti o joko sínú òṣùpá, ipo ti olùkọ́ yìí wà fihàn pe o ń ṣètò buruku lodì sí àwọn ọmọ arabìnrin lakoko yìí.

Arábìnrin yìí ṣe akiyesì pe awọn ọmọ tirẹ̀ ni ọpọlọ wọn ko mọ nǹkankan nínú kilaasi wọn. O si lọ̀ sí ile ìwé yìí ni ọjọ́ keji láti lọ ba Olùkọ́ ẹlẹmi buruku yìí. O si wo olùkọ́ náà lẹyinju taara, o si sọ fún un pe "Tẹtí gbọ mi, mo yàtọ̀ si àwọn obì yòóku, mo mọ́ pe o ti ǹ lo agbára to o gba láti inú oṣupa lodì si àwọn ọmọ mi. Ìgbógun rẹ lorí ọpọlọ àwọn ọmọ mi to gẹẹ. Mo ń pada lọ si ilé láti lọ gbàdúrà. Bí o kò bá jẹ́ ki ikọ̀ buruku rẹ̀ já, ìwọ yóò rí wahala".

O yẹ ki a lero pe olùkọ́ yìí yóò kọlu arabinrin yìí pẹ̀lú ibinú jọjọ, Olùkọ́ náà bẹ̀rẹ̀ si ń gbọn. O tọrọ gafara pẹ̀lú ohun ìrẹ̀lẹ̀ o si sọ wí pé, "Ẹ máa bínú, Emi ko mọ wí pé ẹ mọ gbogbo ohun ti mo ti ṣe. Emi ko ni fọwọ kan àwọn ọmọ rẹ̀ mọ́.

Báyìí ni o ṣe tú àwọn ọmọ arabìnrin náà silẹ̀. Nǹkan si yípadà fun awọn ọmọ náà. Àwọn ọmọ to ti ya òpè si di ọmọ to ja fáfá si ìwé lọgan. Olùkọ buruku yìí tu wọ́n sílẹ̀ kúrò ni ikọ̀ ayidayida nípasẹ lilo oṣupa.

ORÍ KẸ́RIN

PÀṢẸ FÚN ÒWÚRỌ̀

A ni ọpọlọpọ ẹ̀kọ́ láti kọ́ nínú ìṣọ̀rí òkè yìí. A le mu ọ̀pọ̀lọ̀ ẹni tí o ba jẹ ijẹ́ lọ sí àwọn ọrun kejì. Ọkọ tàbí aya náà le di èrò ọrun kèjì.

Nítorí náà nígbà ti Ọlọ́run ń béèrè lọ́wọ́ Jobu bóyá o ti paṣẹ fún òwúrọ̀, ìbéèrè pàtàkì ni ẹleyìí. Èyí fi hàn wa pe a le ṣètò lodi si owurọ bákan náà ni a tun le lo kutukutu òwúrọ̀ lọ́nà odi. Bí a ba ṣe àṣàrò lórí ibéèrè ti Ọlọ́run béèrè lọ́wọ́ Jobu laisianiani ọ̀pọ̀lọpọ̀ ẹ̀kọ́ ni a lè mú jáde nínú rẹ̀.

Ìgbà aimọ ti kọja. A gbọ́dọ̀ ṣetan láti ma a ni òye gẹ́gẹ́ bí àwọn agbara òkùnkùn ṣe ń ṣiṣẹ́. Bí o ba jẹ́ pe agbègbè ilú omi ni o tí wa, ti o sí rí òṣùpá tuntun tó yọ, ìwọ́ yóò rii pé a fi iṣẹ́ àwọn àjẹ́ kọ́ gẹ́gẹ́ bi àsíá. Òsùpá tuntun ma a ń jẹ́ ami fún ìbẹ̀rẹ̀ iṣẹ́ àwọn àjẹ́.

Ẹ̀kún omi lo máa n tẹ̀lé riri oṣupa lodidi. Aipe ọpọlọ atí isinwin yóò pọ̀ sí nínú agbegbe ilú náà.

Kini àwọn ẹ̀kọ́ ti a gbọ́dọ̀ rí fayọ nínú àwọn nǹkan ti a ti kọ wọ̀nyí. Àwọn wakati kutukutu òwúrọ̀ máa ń ni ipa to le kó lori imisi igbé ayé ẹmi àwọn ènìyàn. Ní ayé ode oni a sọ pàtàkì wakati kutukutu òwúrọ̀ ní àwọn ìlú ti igbokegbodo wọn pọ̀, ko sí ìṣákoso lórí àwọn wákàtí akoko ti ọjọ. Àsìkò ìgbàlódè tí jẹ́ kí a pa iyi kristẹni rẹ́.

Nígbà ti mo dàgbà sínú ìgbàgbọ́ kristẹni a ma n ni ipadé àdúrà to pọn dandan nínú ilé isin ni agogo marun un owúrọ̀ loloojumọ. A ko lé ṣe nkankan ni ọjọ kan laisì ìpàdé àdúrà òwúrọ̀. Àwọn oníṣowo àwọn obìnrin ọlọja, àwọn ọmọ ilé ìwé àti àwọn òṣìṣẹ́ ìjọba lo maá ń da giri wa si ile ìjọsìn láti ni ìpàdé òwúrọ̀ agogo marun un pẹ̀lú Ọlọ́ run ni ìgbà náà.

Lonìí, ìrú Kristẹni báyìí ko si mọ̀. Ní ayé ìgbà náà a tún máa ń lọ sí ìpàdé ìjọsìn ti agogo mẹ́fà ìrọ̀lẹ́. Ko si iṣẹ́kiṣẹ ti o le di ẹnikẹ̀ni lọ́wọ́ láti má wa si ìjọsìn kan tàbí ìpàdé àdúrà .A máà ń wa ni ilé ìjọsìn ni gbogbo agogo márun un òwúrọ̀ àti agogo mẹ́fà ìrọ̀lẹ́ irú àwọn ìpàdé bayìí ko si ni ilé ìjọsìn ti ode oni mọ́. Àwa ti a ń ṣe iṣẹ ni ayé ìgbà náà ma ń wá si ilé ìjọsìn láti gba inà ọ̀tun fún ọjọ náà ni agogo márun un. Nípa ìbapade Ọlọrun lojoojumọ̀ báyì ni i a ti dàgbà láti máa wa ni iná lonii.

PADÀ SÍ BIBÉLÌ

Àwọn baba wà nínú ìgbàgbọ́ mọ nnkan to túmọ̀ si láti mú ọjọ́. Àwọn onígbagbọ igbanni ko jafara pẹ̀lú ìpádé àdúrà òwúrọ̀, ti a ba fẹ́ ni iriri agbára apostoli àti ti iná, a gbọdọ̀ padà si bibelì. A gbọ́dọ̀ ṣe imupadà iṣẹ àwọn onígbàgbọ ìgbaani láti ni ìṣẹ́gun àti ìjọba lórí èṣù.

Ọjọ kan o le kọjá nígbà wọnni laisi pe a gba àdúrà to ń mú ọjọ́ so. Nígbà ti a ba ń gba àdúrà òwúrọ̀ fún wakati kan, a o ti jọba le gbogbo àwọn agbára ọjọ́.

Lónìí àwọn onígbàgbọ́ yára si tii mímu tíì àti jíjẹ àkàrà

oyinbó ni òwúrọ̀ ju wí pé kí wọ́n paṣẹ fún owurọ láti gbakoso ọ̀jọ́ lọ.

Àwọn onígbagbọ ode òní lè lo ọgbọ̀n iṣẹ́jú láti mu tii tàbí kọfi èyí ti o dàbí wí pé gbígbé ayé dá lórí ounjẹ ti o lè mu ara nikan dúró pẹ̀lù wahàla ọkọ ni àwọn ilú wa. Boya ni àwọn onígbagbọ ma ń ṣetan láti gbàdúrà ìṣẹ́jú mẹ́wàa kí wọn to kanjú kúró nílé ni òwúrọ̀, wọ́n yóò si kó sí sunkẹ̀rẹ̀ àti fa kẹrẹ ọkọ̀ lọna. Kò to di wí pé àwọn onígbàgbọ́ báyìí de ibi iṣẹ́ ni òwúrọ̀ àwọn ọmọ èṣù a ti gba akoso.

Eléyìí lo fa àlàfo púpọ̀ tí o wà ni Pentikosta ti igbaani àti ti òdé oní. A ti gbà eré ìjee àti kíkó ọrọ̀ jọ láti jawa lólè jú láti gbakoso àti jọba lórí ọjọ lọ.

ÀWỌN ÌBÉÈRÈ PÀTÀKÌ

Sọ́ fún mi bawo ni o ṣe lè bórí ọjọ kan pàtó nígbà ti o bá gbinyanjú ranpẹ tàbí o ko tilẹ̀ gbìyànjú rara láti paṣẹ fún òwúrọ̀? Báwo loṣe le gbàkóso lórí ọjọ́ nígbà ti o ba ti fi ìmẹ́lẹ́ aigbadura bẹ̀rẹ̀ wakati òwúrọ̀. Báwo ni o ṣe le dáyá já àwọn àjòjì buburu, kí o si jẹ́ kí àyà pá wọn nibi kọ́lọfin wọn ti o kó bá ṣe eléyìí ni kùtùkùtù òwúrọ̀?

Báwo ni o ṣé lé mú agbára ìkà so ti o ba kùnà láti ṣe ìgbámú àwọn wakati kútúkútú òwúrọ̀? báwo ni o ṣe lè jọba lórí wakati mẹrinlelogun ti o wà nínú ọjọ bi o ba gba àwọn ọmọ èṣù láàyè láti gba àwọn wákàtí àkókò owúrọ̀ kùtùkùtù? Àwọn ìbéèrè wọ̀nyí jẹ ohun tí a gbọ́dọ̀ ronu si.

ÀWỌN ONÍṢẸ́ IBI ÒWÚRỌ̀ KÙTÙKÙTÙ

Ǹjẹ̀ ìwọ ti ṣe àwárí pé àwọn ọmọ ẹrùbìnrin ní wọ́n máà ń tete ji ni kùtùkùtù òwúrọ̀ ni òde-òní. Ìgbà mìíràn, wọ́n yóò tete jí ni kùtùkùtù òwúrọ̀ ni agogo márun-un láti ṣe eto iṣẹ́ ibi wọn nígbà ti àwọn onígbágbọ̀ òde òní ba si n họnrun lórí ìbùsùn wọn. Àwọn ọmọ ẹ́rù-binrin yóò mú u gẹ́gẹ́ bí iṣẹ́ takunkun láti máa pe ìgbàgbọ́ wọ́n si àdúrà nígbà ti ọmọ kristiẹni bá ń yi sẹ̀yìn tàbí káàkiri lórí ibùsùn rẹ̀.

Àwọn to mọ pàtàkì gbígba àkóso ọjọ́ máa ń joko si orí ẹní tàbí awọ láti máà pògèdè àti láti paṣẹ fún ọjọ́. Àwọn mìíràn sọ nínú ará wọ́n pe ariwo lásán ni àwọn ọmọ ẹrúbìnrin n pa. Mo tọ̀rọ̀ gafara, eléyìí ko rí bẹ́ẹ̀, nǹkan ti wọ́n ń ṣe ni pé wọn gbinyanjú láti gba akoso ọjọ́ nípa pipa aṣẹ fún owùrọ̀ ni ọ̀nà òkùnkùn.

Bi a ba wo àwọn ìlú ìgbàlódé wa toni, a o rí wí pé kosí ètò fún adúrà òwúrọ̀ kùtùkùtù ni ile ìjọsin mọ. Àwọn Olùṣọ́ àgùtà ti fi jin. Wọ́n sọ wí pé irú ètò bẹ́ẹ̀ ko ṣe e ṣe ni agbegbe ti a wà yìí. Láti jẹ́ ki a gbà èrò yìí, wọ́n sọ wí pé àwọn onígbagbọ̀ ode oní tí tojúbọ láti le díde ni kutukutu òwúrọ̀ láti gbadúrà nínú ilé wọn.

Ẹ ṣe àyẹ̀wò onigbagbọ ọgọ́rùn ún, ẹ o ríí pé ogún nínú wọ́n lo jẹ èyí to ń gbàdúrà tọkantọkan ni òwúrọ̀. Nígbà ti o ba kan ọ̀rọ̀ nípa pipaṣẹ fún òwúrọ̀ àti gbígbà akoso ọjọ, awọn ènìyàn gbagbọ pé eléyìí jẹ́ iṣẹ́ àwọn afadura jagun àti àwọn oniṣẹ ìtúsìlẹ́. Ní òdé oni, àwọn ọmọ ẹgbẹ́ òkùnkùn, ti wọ́n gbagbọ́ nínú ẹ̀sìn ibi àti ti oṣùpa àti àwọn babalawo lo ma ń jí ni kùtùkùtù òwúrọ̀ láti pe ọ̀fọ̀ sínú oorun, oṣùpa àti àwọn ìràwọ̀.

O tí kọjá ipele tí a ń sọ yi báyìí. Àwọn ọmọ ẹrúbìnrin ti ń ṣe ìpàdé oru nisinyi. Wọ́n ti lọ dé ìpèlè láti má ṣetò àgbára òru lòdì sí àwọn ọmọ Ọlọ́run. Nígbà to yẹ ki a ma á ṣe akoso lórí àwọn to jẹ ti ìjọba okùnkùn àwọn ni wọn ń ṣe iṣakoso lórí wa. Ní ayé igbanni, tí àwọn to bá lọ sí ìjọba okùnkùn ba ji lówùrọ̀ láti ṣeto àwọn agbara ọrun fun anfaani wọn bẹ́ẹ̀ ni awa náà yóò dìdé lowùrọ̀ tí a o si pejọ nínú ina ọtun ijọ apostoli láti gba ọjọ́ náà. Nígbà tí agbára wa ba kọlu ti wọ́n laisí aniani wọn yóò tẹriba. Tí wọ́n ba kígbe adùrà ẹ̀sìn wọn, a o si kígbe lódì sí i pẹ̀lú 'Baba ni orúkọ Jesu" A jẹ́ ìpáyà tàbí ìdíwọ́ fún wọ́n nígbà wọnni. Nisinyìí wọn pọ̀fọ̀ wọn ni òwúrọ̀ kùtùkùtù laisi kristẹni kan láti ṣe lodi sii.

ÀÌMOKAN TÓ LÉWU

Nígbà púpọ̀ àwọn ẹlẹgbẹ rẹ ma ń ji ni kùtùkùtù òwúrọ̀ láti ṣetò ọjọ́ fun oju rere wọn. Nígbà tí o ba pẹ ko to ji, ti o tun kánjú jáde láti figagbaga fún iṣẹ́ kongilatọ (contract) laisi aniani àwọn ẹlẹgbẹ rẹ̀ to ti mọ bi a ̃ṣe ń ṣètò si òwúrọ̀ fún ojúrere wọn, ni yóò gba iṣẹ́ bẹ́ẹ̀. Niwọ̀n ìgbà tí wọ́n ti mọ bí a ṣe ń ṣe iṣẹ́ láti ṣe àyídáyidà si àwọn ọ̀run kejì fún ànfààni ti wọ́n, wọ́n yóò gbé igbá oroke nígbà ti Kristẹni lásán yóò pádànù.

ÌJÀPÁ TÍ A ṢẸ̀TÒ SI

N jẹ́ iwọ̀ mọ wí pé àwọn ọmọ ìjọba òkùnkùn ma n ṣètò orísirísi sínú àwọn ọ̀run kejì? O ṣe ni láànu pé ọpọlọpọ Kristẹni ìgbàlóde lo ń gbé nínú àìmọkan.

Nnkankan toṣe ajejì ṣẹlẹ̀, nígbà pipẹ sẹ́yìn nígbà ti ọkùnrin ọ̀tọ́kùlú kan nínú ìlú wa si iyàrá ìgbani ni ìyànjú wa fún adúrà pàtàkì. Agbára Ọlọ́run kọluu bi òkúta àrá.

Nígbà ti o máa dide lẹ́yìn àdúrà, ìjàpá òòyẹ̀ jábọ́ láti inú agbádá àwọ̀kanlẹ̀ tó wọ̀. Nígbà tí mo wo ibi tí o joko sí, wo o ìjàpá òòyẹ ti bẹ̀rẹ̀ si n fa lórí ìjoko yìí. Bí ọkùnrin yìí ṣe ń jade kúrò nínú yàrá mi, mo pe e padà mo si sọ fún pe, "Ẹ jọwọ alàgbà, ṣe e gbàgbé nnkankan sí orí ijoko. Ṣe o mọ nǹkankan nípa ìjàpá yìí?"

'Ẹ ma bínú" o si ń sọ̀rọ̀" Ẹ ma dami lohun ènìyàn Ọlọ́ run, mo rin jinna ni ọjọ wọn ni, babalawo kan lo ṣe oogun fún mi pẹ̀lú ìjàpá, mo ri lootọ pé o jú ìjàpá náà sínú òkun lẹ̀yìn ẹbọ náà. Mo tọrọ gafara fún nǹkan to ṣẹṣẹ ṣẹlẹ̀ yìí"

Mo si wo ọkùnrin yìí pẹ̀lú ikaanu. Mo sọ fun wí pé ko ni òye ohun tí babalawo náà ṣe, si ara rẹ̀ laimọ. Ẹranko búburú náà jadé lara rẹ̀ lẹyin àdúrà to gbona.

Ọ̀pọlọpọ̀ ènìyàn lónìí ni wọ́n ti ṣètò ìṣẹ̀dá orişirísi sí ara wọ́n láìmọ̀. Àwọn iṣẹ̀dá búburú náà yóò wa ni agọ ara wọ́ n títí tí àdúrà gbigbonà yóò fi pe wọ́n níja. Wàyí àwọn àjòjì náà yóò sa kúrò nibi kọ́lọ́fin wọn.

ÀWỌN KRISTẸNI ỌLẸ

Ọ̀pọ̀lọpọ̀ nǹkan lo n ṣẹlẹ̀ lonii, Kùtùkùtù òwùrọ̀ ni wọn tí ń ṣe ayidayida pẹ̀lú ohun ijà oloro iṣẹ́ àwọn ọmọ òkùnkùn ni èyí. A ko mọ àdìtú ti o wà nínú kùtùkùtù òwúrọ̀ gẹ́gẹ́ bí àwọn ọ̀tá a ṣe mọ ọ. Àwọn kristẹni tí wọn máa ń ṣe àdúrà òwúrọ̀ máà ń ṣe ni jẹlẹnkẹ.

Wọn ko nísun bẹ́ẹ̀ ni wọn ko ni ji nígbà ti àwọn ọ̀tá wọn ba nja fitafita láti pọfọ àti ògede, wọn yóò ma sun datọ̀ si bibeli tí wọ́n ba ń kàá titi ti yóò fi di tutu. Àwọn oluṣọ' àgùtàn àti osiṣe pàapàa ko mọ bí a ṣe ń gba akoso ọjọ́. Ẹ̀ gbọ́dọ̀ tún kọ́ ẹ̀kọ́ sii.

Òwúrọ̀ ni etì o si ma ń gbọ ohun ènìyàn àti ti àwọn ẹ̀mí. Eléyìí jẹ́ otìtọ̀ to jinlẹ̀. Bí o bá ti ka bibelì jinlẹ̀ ìwọ yóò rìí pé Ọlọ́run ko fi bẹ̀ fi àlà sí ohùn ẹlẹmi àti ohun tí kò lẹmi. Àwọn agbára ìṣẹ̀dá wáyé nítorí pé wọ́n gbọ́ ohun Ọlọ́run.

Òwúrọ̀ le gbọ ọ̀rọ̀ to lodi àti ọ̀rọ̀ ti kó lodi kí wọ́n sí da èsì padà lẹṣẹ kan náà. Àwọn aṣójú satani ti sọọ diṣẹ́ láti máà ṣakoso ọjọ́ nípa lilo àwọn wakati òwúrọ̀ kùtùkùtù. Wọn yóò sọ̀rọ̀ si òwúrọ̀ bi ohun tó ni etí. O gbọ́dọ̀ kọ́ láti ma jẹ́ kí òwúrọ̀ gbọ́ ohun rẹ̀ ki o si fìmọ̀ ṣọ̀kan pẹ̀lú rẹ̀.

O lè pàṣẹ fún òwúrọ̀, a le ṣé ìdárí ọjọ́ sí ọwọ́ ọ̀tún, si ọwọ́ òsì. Púpọ̀ ohun to bá ṣẹlẹ̀ si ọ ni ọjọ́ dálé irú aṣẹ ti o pa fún ọjọ́ náà.

Tí o ba ni ibi láti lọ ni ọjọ́ kan, jí ni kùtùkùtù ki o sì paṣẹ fún ọjọ́ náà àti ohùn ti o fẹ́ ṣe.

Ṣe o fẹ́ ṣe idànwó ni? Ji ni òwúrọ̀ kùtùkùtù ki o ṣetò aṣeyege si ọjọ́ náà .

Ń jẹ́ a rí àwọn nǹkan ti o ń pé ọ níja ni ọ̀sán, tete gbà akoso ni òwúrọ̀ kùtùkùtù. Tí o bá ji ni òwúrọ̀ kùtùkùtù ti ó kánjú ka bibelì rẹ̀, tí o sì tún kanjú gba àdúrà irú agbára wo ni o máa gbojule fún ìṣẹ́gun rẹ̀? Àdúrà ìṣẹ́jú méjì ko lè bá agbára òkùnkùn wọya ìjà.

Báwo ní o tí fẹ̀ ba àwọn wọ̀nyí jà? Àwọn to ti jí ni agogo márun un òwúrọ̀ ti wọn si ti pọfọ̀ àdúrà ibi nígbà ti o jẹ́ wí pé iwọ ji ni agogo mẹ̀jọ òwúrọ̀ tí o si ṣe oore ọ̀fẹ́ ti ko dọ́kàn rẹ lọ́nà ibi iṣẹ́ rẹ? Ẹni to jókòó si orí ẹni tẹ̀mí to si ti ṣeto gbogbo iṣẹ́ rẹ̀ si ofurufu yóò ni aṣeyọri ju ẹ lọ, tí o ko ba gbà àdúrà takuntakun. Bí ẹ̀yin méjèèjì ba figagbaga fún iṣẹ́ laiṣe aniani yóò tayọ ju ẹ lọ, nítorí pé ó ti paṣẹ fún òwúrọ̀ ó si tí mú ọjọ so nípa iṣẹ́ ibi. Eleyìí le mu ìjákulẹ̀ ọkán bá, ọ kí o sì pinnú láti ṣe itúṣilẹ̀. Ìtùsilẹ̀ kọ́ ni ọ̀rọ̀ yìí. O le máà lọ fún itúsilẹ̀ títí ti o ma fi kọ́ bi wọ́n ṣe ń paṣẹ fún ọjọ́.

A tùn lè paṣẹ fun afẹẹmọjú náà. Àfẹ̀ẹ́mọ́jú ni bibelì pè ni orisun ọjọ́. Bí o ba pàṣẹ fún àfẹ́mọ́jú yóò dahun gẹ́gẹ́ bi àṣẹ tí a pa fun un.

Òwúrò ma a ṣe iṣẹ́ ti a ba ti ran an. Bí o tí wù ki o ri, a gbọ́dọ̀ tí ran iṣẹ́ yìí ki òòrun to yọ̀.

Àwọn aṣẹ kan wà ni òwúrọ̀ kùtùkùtù tí a ti kàn nípa fún ilẹ̀ láti jẹ́ kí a ni òwúrọ̀ ti o dùn. Bí òwúrọ̀ ṣe ma ri ni a ti ṣètò ni kùtùkùtù. Bí ènìyàn kan ba ki ọ, Ẹ káàrọ̀ ni aagò mẹ́sàn án òwúrọ̀, irú kiki bẹ́ẹ̀ ti di ìgbàgbé.

Tí òwúrọ̀ ko ba tí dára, kò si kíkí tí o lè yí padà. Ìjákulẹ̀ onígbàgbọ́ máà ń sáà ba ṣẹ̀lẹ̀ nígbà tí wọ́n ṣi wà lórí ìbùsùn wọn.

Àìmoyé onígbàgbọ́ ko mọ wí pé, eṣu jẹ ẹni tí máà ń tete ji. Ọ̀pọ̀ ènìyàn ko mọ pé satani àti àwọn aṣojú rẹ ti mu àwọn iṣẹ buruku sínú ọjọ́ ki ọ̀pọ̀ ènìyàn tó jí.

Nígbà tí wọ́n ba tún ji, wọn a tún máà sọ̀rọ̀ òdì sínú aye ara wọn laimọ̀, wọn a tún sowọ́pọ̀ pẹ̀lú àwọn oniṣẹ ibi. Abájọ ti irú àwọn ènìyàn yìí máà ń kore ìbànújẹ́, jamba, àti àdánu, ni ojoojumọ.

Òwúrọ̀ ni o ń sọ́ bí ọjọ́ ṣe máà ri. Èléyìí ń sọ́ fún wa pe a le mọ ohún tí o máà ṣẹlẹ̀ ni ọjọ́ kan. O le ṣètò ohun tí o dárá ti o fẹ́ ko ṣẹlẹ̀ ni ọjọ́ kan kí o sì ṣẹ̀lẹ̀.

Ní kété ti a ba pe àwọn nǹkan wọ̀nyí ki òòrùn to yọ, ìwọ́ yóò rí ohun tí ọkàn rẹ̀ fẹ. Ṣùgbọ́n tí òòrùn bá ti yọ kí o to pe ọjọ̀ o lè padanu ohun ti o fẹ́. O le ṣètò òwúrọ̀ pàápàá ki o tùn padà lọ sùn.

Bí o tí wù kí o rí, tí o bá fi àyè gba ọ̀ta kí o ṣáájú rẹ̀ gba agbára kí òòrùn to yọ, o di ìjẹ fún ayídayídà èṣù.

Ìkà ti jọba sínú àwọn ọrun àti sí opin ayé. A sì gbọ́dọ̀ gbọn irú ika báyìí kúrò nípa gbígba àdúrà takuntakun ni òwúrọ̀ kútùkùtù. Ika le tan ka láti opin ayé kan si òmíràn.

Mo ti sọ́ fún yìn ri ìtàn arabìnrin kan to jáde pẹ̀lú ìhòhò, o gbojú sókè si oorun o si gbe ọmú rẹ̀ ọtun sókè, o sí ṣépé fun ọmọ rẹ̀ àkọ́bí tó ń gbé lókè òkun. O tún gbé ọmu rẹ̀ òsì sókè, o tún ṣépè fún ọmọ rẹ̀ kèjì ti o ń gbé lókè òkun bakan náà. Obìnrin yìí kò dúró nibi yìí, o tún ka ẹsẹ rẹ ọtun sókè. O si sọ fún àwọn ọrun láti ṣiṣẹ́ lòdì si ọmọ rẹ̀ kẹta to ń gbé loké okùn bákan náà.

O jẹ́ àjòjì, àwọn ọmọ mẹ́tẹ̀ẹ̀ta wọ̀nyí ni wọ́n lé padà wálé láti òkè òkun, gbogbo wọn si de ibùdó ọkọ ofurufu ni ìlú Èkó ni Nàíjíríà ni ọ̀jọ̀ kan náà bi o tilẹ̀ jẹ́ wí pé wọn kò jíjọ́ gbé ni ilú kan, ń ṣe ni nnkan ṣe iṣẹ́ lòdì fún gbogbo wọ́n lẹ́ẹ̀kàn náà, wọ́n si lé wọ́n padà sí Ilú Èkó lọ́nà to jẹ awamaridi. Ìyá náà paṣẹ̀ fún àwọn ọ̀run láti ṣiṣe lòdì si wọn.

Lónìí, àti ìyá àti àwọn ọmọ mẹ́tẹ̀ẹ̀ta yìí ti di oloogbe. Laisi aniani ọ̀pọlọpọ̀ ìkà ni o wa ni àwọn ọ̀run.

O kò nílò láti pe ikà wa si àwọn ọ̀run kejì. Wọ́n ti wà nibẹ̀. Wọ́n ti ṣetan láti ṣiṣẹ́ ibi nígbà tí àwọn ìránṣẹ́ ika ènìyàn bá ti pé wọ́n ran níṣẹ́. Nígbà yìí ni ìka wọ́n yóò di ilọpo méjì. O lè jẹ́ alabapin ìkà àwọn ọ̀run tí o ko bá gbọn ika náà kúrò.

Bí o bá jẹ́ kí àwọn ìkà máà jọba nínú ọ̀run lai gbọ̀n wọn kúrò, èyí túmọ̀ sí wí pé iwọ yóò fi ara rẹ̀ jin si abẹ́ ìjìyà wọn.

Bí o bá fẹ́ ni ìṣàkoso to péye lórí àwọn agbára to ń bẹ́ nínú ayé, o gbọ́dọ̀ ní ìṣàkóso lórí àwọn ọ̀run. A le mú àwọn agbára to lòdì so nígbà ti a bá ṣe akoso láti àwọn ọ̀run.

Ìwọ ni agbára gẹ́gẹ́ bi onígbàgbọ́ láti lo àwọn alumọni ọ̀run fún iṣẹ́ rere tírẹ. Nígbà tí o ba pàṣẹ fún àwọn ọ̀run láti wà fún ìrànlọ́wọ́ rẹ bẹ́ẹ̀ ni ìwọ yóò rí ìrànlọ́wọ́ àtòkèwá. A ni láti kọ́ bí a ṣe lè fọ́ ògede àti aṣẹ àwọn èṣù tí wọ́n ti ṣètò rẹ̀ sínú àwọn ọ̀run.

Àwọn ofin wọ̀nyí le jọ wí pé o dara jú láti jẹ́ otìtọ̀ ṣùgbọ́ n laisì ìjìyàn otitọ̀ pọnbele ni èyí. Òye àwọn ofin wọ̀nyí yóò mú ayípadà gidi wa si ayé rẹ.

Òye ofin yìí yóò sọ ayé rẹ di gbigbona tí ko ṣe e kọlù. Ní kete ti o bà ti dì ara rẹ̀ ni àmùrè pẹ̀lú àwọn òfin yìí, ègbé ni yóò jẹ́ fún agbára náà tó bá fẹ ṣe ibi si ọ. Tí oye yìí ba yé ọ, o lè pe afẹ̀mọ́jú fún ìdábò bò rẹ. O gbọ́dọ̀ kọ́ láti mú kí àwọn ọrun sowọ́pọ̀ pẹ̀lú àyànmọ́ rẹ̀.

Nígbà tí o bá tí pogede láti mú àwọn ọjọ́ ṣiṣẹ́ fún rere re, àwọn ọ̀sẹ̀, oṣù àti ọdún ayé rẹ̀ yóò fún ọ ni iriri ọ̀run nínú ayé. Gbogbo aṣẹ tí o ba pa ni yóò jẹ́ ìmúṣe pátápátá. Ìbùkún rẹ yóò si maá pọ sí.

Àwọn ibukùn rẹ wákàtí kọ̀ọ̀kan yóò ma sowọ́pọ̀ pẹ̀lú ètò Ọlọ́run fún ayé rẹ̀. Dipo ki o di ijẹ́ fún iṣẹ̀lẹ̀ ibi iwọ yóò gbé ìgbé ayé aṣégun láyé yìí. Ipinu Ọlọ́run fún aye rẹ̀ yóò di imuṣẹ bẹ́ẹ̀ ni ìwọ yóò si lè sọ báyìí pé:

Orin Dafidi 16.6 Okun títa bọ sọ́dọ̀ mi ní daradara lóòtọ èmi ni ogun rere.

ORÍ KARÙN-ÚN

ÀṢÌRÌ ÀKÒSO

O gbọ́dọ̀ mọ ohun to yẹ láti ṣe kí o to le pàṣẹ fún ọjọ́. O yẹ kí ènìyàn tí mọ dájúdájú àwọn ohun ti a nilo láti mọ fún ṣiṣe àkóso lórí àwọn òwúrọ̀ àti àwọn ọjọ́.

Kí ni àwọn amuyẹ tí o gbọ́dọ̀ ni kí o to le paṣẹ fún òwúrọ̀ àti kí o to le ṣe àkóso lórí àwọn agbára ìṣẹ̀dá? Irú ènìyàn wo ni o gbọ́dọ̀ jẹ́ kí o to lè pàṣẹ fún òwúrọ̀ kí wọ́n sí mú aṣẹ rẹ ṣẹ?

Àwọn amuyẹ àti ìwà ti a gbọ́dọ̀ hu ki a to lè paṣẹ fún òwúrọ́ kí a tún le jọba lórí àwọn ọjọ̀ ni wọ̀nyí:-

Ìrẹ̀lẹ̀: Kí a to lè paṣẹ fún òwùrọ̀ yekeyeke, a gbọ́dọ̀ jẹ́ onírẹ̀lẹ̀ ọkàn. Ọ̀pọ̀lọpọ̀ ènìyàn ni kò mọ otitọ́ wí pé o ṣe pàtàkì fún Kristẹni láti ni ìwà rere fún jijagun ẹ̀mí. Ìrẹ̀lẹ̀ jẹ́ ohun ija ńlá.

2 Kronika *7:14:* Bí àwọn ènìyàn mi ti a ń pè orúkọ mi mọ́ bá rẹ ara wọ́n sílẹ̀ tí wọ́n ba si gbàdúrà, tí wọ́n bá si wà ojú mi, tí wọn bá sì yípadà kúrò nínú ìka ọ̀nà búburú wọ́n, nígbà náà ni èmi o gbọ́ láti ọ̀run wá, èmi o sì dárí ẹ̀ṣẹ̀ wọn jì, èmi o sí wò ilẹ̀ wọn sàn.

Rẹ ara rẹ sílẹ̀, ìrẹ̀lẹ̀ jẹ ohun pàtàkì nípa jíja ogun tẹ̀mi. O gbọ́dọ̀ dúró nínú krisiti kí o sì jẹ́ ki ọ̀rọ̀ rẹ dúró nínú rẹ lẹkunrẹrẹ. Láti le paṣẹ fún òwúrọ̀ àti láti lè jọba lórí àwọn ìṣẹ̀dá ọrun. O yẹ kí ọmọ Orí òkè iná àti ìṣẹ́ ìyànu le kọ àkọ́ sórí ẹsẹ bíbeli mejì lé láàdọta.

A o le ṣe eleyii ti a ba n kopa nínú ẹ̀kọ́ bibéli ni gbogbo ọjọ isimi tí o wa nínú ọdún. O tún yẹ kí o tún lè kọ àkọ́sórí ẹsẹ̀ bibéli ni ìpàdé ojúlé. O gbọ́dọ̀ ri ara rẹ sinu ọ̀rọ̀ Ọlọ́run títí tí ọ̀rọ̀ Kristi yóò máà fi gbé ọkàn rẹ, bẹ́ẹ̀ ni agbára yóò pọ fún ọ láti pàṣẹ fún òwúrọ̀.

Mọ irú ènìyàn tí ó jẹ́ nínú kristi. Láti paṣẹ fún òwúrọ̀, o gbọ́dọ̀ mọ wí pe o wa nínú kristi. Ifọkan si agbára tí o wà nínú krisiti yóò fún ọ ni agbára láti paṣẹ fún òwúrọ̀ àti láti ṣe àkóso àwọn ọ̀run.

O gbọ́dọ̀ sọ nǹkan tí Ọlọ́run sọ. Nígbà tí o bà paṣẹ fún àwọn ọ̀run, jẹ́ kí ijẹwọ rẹ̀ dá lé "Báyìí ni olùwà wí"

O gbọ́dọ̀ ni ìgbàgbọ́ tó ni ipá.

O gbọ́dọ̀ ni ìgbàgbọ́ to ni ipá:

Irú ìgbàgbọ́ tí o nílò ní láti jẹ́ irú èyí ti a ṣe apejuwe rẹ nínú ìwé Heberu 11.33-34

O nílò ipá nínú ìgbàgbọ́ rẹ̀ tí o bá fẹ́ ṣe iṣẹ́ rere, tí o ba si fẹ́ pàṣẹ fún òwúrọ̀ fi ipà kun ìgbàgbọ́ rẹ.

O gbọ́dọ̀ gbé ìgbé ayé mímọ́

Ìgbé aye rẹ gbọ́dọ̀ mọ́. Ma ṣe gba àdàlù ẹ̀mí láti sọ ìgbé ayé ẹmi agbára rẹ di alailagbara. Ìgbé ayé mímọ́ yóò fún ọ ni agbára láti le paṣẹ fún àwọn ogun ọ̀run

Àdúrà rẹ gbọ́dọ̀ lọ pàtó.

Àdúrà láti pàṣẹ fún ọjọ́ gbọ́dọ̀ lọ pàtó. Àdúrà lakopọ ko le ṣe akoso àwọn ọ̀run.Ní orí ìwé ti a ma kan, a o ṣe ayẹ̀wò àwọn apẹẹrẹ adura tí a le gba láti borí àwọn ọ̀run.

Bí o ti wú ko rí, o gbọ́dọ̀ yẹ ara rẹ wò daadaa, kí o si ri wí pé o ni amuyẹ láti wọ̀yá ìjà ni ojú ogun. Kí o to lè paṣẹ fún ọ̀wúrọ̀ daádaá aye rẹ̀ gbọ́dọ̀ ni ìbámu pẹ̀lú atọna ọ̀rọ̀ Ọlọ́run nípa ọ̀nà jíjà ogun tẹ̀mi.

ORÍ KẸFÀ

ÀWỌN ÀDÚRÀ TO Ń BORÍ ÀWỌN Ọ̀RUN

Ìjàgun nínú àwọn ọ̀run nílò òye to pé. Kò sì wa fún àwọn òpè nínú ìjagún tẹ̀mí. O gbọ́dọ̀ lọ fún idanilẹkọọ títí ti ìwọ yóò fi ni ìdànilójú láti ma pàṣẹ fún àwọn ọ̀run. A kò lè parí ìwé yìí lai fún yín ni àpẹẹrẹ àwọn àdúrà tí a le sọ wí pé wọ́n paṣẹ fún òwúrọ̀ tí wọn si tún n jọba lórí ọjọ́.

Àpẹẹrẹ Àdúrà kinni:

Bàbá mi, ohunkohun ti o ko gbin sínú àwọn ọ̀run,jẹ́ kí a fa wọn tu, ni orúkọ Jesu.

Iru àdúrà bayìí yóò jẹ́ kí o le paṣẹ fún òwúrọ̀.

Àpẹẹrẹ Àdúrà kejì:

Olúwa jẹ́ kí a gbọn ìkà kúrò nínú ọ̀run mi, ni orúkọ Jesu. Kókó àdúrà to ni agbára ni èyí:

Ǹ jẹ́ ìwọ mọ wí pe olukuluku lo ni ààyè tí a yan fún un

nínú àwọn ọ̀run? Èyí fihàn pe o ni ọ̀run tìrẹ ni orí rẹ. O gbọ́ dọ̀ lè ṣe akoso lórí ọrun tírẹ̀. o gbọ́dọ̀ gbàdúrà láti lé gbogbo alejò tó ń gbiyanju láti ṣe ìkà níbẹ̀. Àwọn agbarakagbara lè wà tí wọ́n ń ṣe iṣẹ́ ibi níbẹ̀. O gbọ́dọ̀ gbọn wọn kúrò ni agbègbè rẹ.

Apẹẹrẹ àdúrà kẹta :

Iwọ òòrùn, bí o ṣe ń jade lonii fa gbogbo ìkà tí wọn yàn lòdì sínú ayé mi tu, ni orúkọ Jesu.

Kókó àdúrà òkè yìí. Yóò ṣe ìyanu ni ayé rẹ.

Apẹẹrẹ àdúrà kẹrin:

Mo ṣetò ibùkún sínú òòrùn fún ayé mi, ni orúkọ Jesu

Bí o bá gba irú kókó àdùrà yìí iwọ yóò ni ìrírí ìbùkún tí a ko rí irú rẹ rí.

Àpẹẹrẹ àdúrà karùn-ún:

Ìwọ òòrùn, mo tí jí ṣájú rẹ, fagilé gbogbo ètò ibi ti a ṣe sínú rẹ láti ọ̀dọ̀ àwọn agbára ikà lodì si ayé mi, ni orúkọ Jesu.

O lè lo koko àdúrà báyìí láti lòdì si ètò ìkà tí ọ̀tá ṣetò lòdì si ọ.

Àpẹẹrẹ àdúrà kẹfa:

Ìwọ ọjọ́ yìí, o kò ni pa iṣerere mi run, ni orúkọ̀ Jesu

Tí o ba lo irú kókó adúrà báyìí, o daabo bo iṣẹ́ rere rẹ àti aasiki rẹ. Irú àwọn kókó adúrà báyìí ni Ọlọ́run pa laṣẹ fún ọ láti ma a gba gẹ́gẹ́ bí ìwé Jobu.

Jobu ***38:12-13***

Ìwọ paṣẹ fún òwúrọ̀ láti ìgbà ọjọ rẹ wá, ìwọ sí mú ila oorun mọ ipò rẹ̀? Kí o lè di opin ilé ayé mú, kí a lè gbọn àwọn ènìyàn búburú kúrò nínú rẹ̀.

Láti ìsisìyí lọ má ṣe jafara láti ṣe wákàtí ìdakẹjẹ, ẹ̀kọ́ bibéli àti àdúrà gbígbà, má ṣe ṣe ijọsin ti ko ní ètò. O gbọ́ dọ̀ ṣe wakati ìdákẹ́jẹ́ lẹkunrẹrẹ. O gbọ́dọ̀ ṣe afikun ìjà tẹ̀mí sínú rẹ.

Ma ṣe jẹ́ ki ọjọ́ kan kọjá lai lo ọpọlọpọ àsìkò láti paṣẹ

fún òwúrọ̀. Kete ti o ba ti kọ́ bí a ṣe ń paṣẹ fún òwúrọ̀, ìwọ yóò bẹ̀rẹ̀ si ni iriri iṣakoso.

Láti ìsisìyí o gbọ́dọ̀ gba akoso ọjọ́. O gbọ́dọ̀ gba àwọn òwúrọ̀ rẹ kúrò lọ́wọ́ ẹ̀mí ẹrubinrin, o gbọ́dọ̀ bẹ̀rẹ̀ si ni jọba lórí àwọn babalawo àti àwọn oṣó to ma ń ṣeto ibi sínú àwọn ọ̀run. O gbọ́dọ̀ bẹ̀rẹ̀ si ni ijọba lórí àwọn aṣoju satani tí wọ́n ń gba biribiri àwẹ̀ ibi.

Ǹ jẹ́ ìwọ mọ̀ wí pé àwọn mìíràn má ń gba awẹ biribiri lati le ṣiṣẹ́ ibi? Ni ọjọ́ kan , arabinrin kan sọ fún mi nǹkan ti òun ma ń ṣe nígbà tí òun wa nínú ayé. O sọ wí pé òun máà ń gba awẹ̀ biribiri ọjọ méje láti gba ọkọ ọlọkọ, o sọ wí pé babalawo alagbara kan ló yan eleyìí fún òun.

Ǹ jẹ́ o mọ wí pé àwọn kan ń gbawẹ̀ ibi nítorí ayanmọ rẹ? O le ṣe lodi sí eleyìí nípa pipaṣẹ fún òwúrọ̀. O gbọ́dọ̀ mu àdúrà rẹ̀ lọ sí ipele to ga jú.

Ǹ jẹ́ ìwọ mọ wí pé ti àjẹ̀ ba fẹ́ fò tí ìwọ sì ti ṣètò àwọn ọ̀rọ̀ sínú àwọn ọ̀run, irú fifo ibi bẹ́ẹ̀ ko ni ṣee ṣe? Bakan náà ti aṣojú satani bá ń gbíyànjú láti tafà si ọ. Irú ọfa bẹ́ẹ̀ ko ni bà ọ́, bi o bá ti paṣẹ fún àwọn ọ̀run láti kọ ọfa satani.

Yóò jẹ́ iyalẹnu fun ọ, ohun ti ìriri rẹ yóò jẹ́ nípa lílo àwọn ẹ̀kọ́ tí o ti kọ wọ̀nyí, ojoojumọ rẹ ni yóò ma jẹ́ ẹkunrẹrẹ ẹ̀mí mímọ́, gbogbo agbára to lodi lo máà di mímú so àwọn ìlànà ọ̀run yóò sì ṣiṣẹ fún ojúrere rẹ.

ORÍ KEJE

ÌJÀ TẸ̀MÍ

O nílò láti ṣe àwọn ìlànà lẹsẹẹsẹ kí o si gbàdúrà láti pàṣẹ fún òwúrọ̀. Àwọn koko àdúrà ìsàlẹ̀ yìí ni a bí nípa ìwáàdi tẹ̀mí, lóòtọ́, ẹ̀mí mímọ́ pọ̀ wọn silẹ̀ láti fún ọ ni agbára ti o lè fi jọba lórí àwọn ọ̀run àti ki o tún lè pàṣẹ fún àwọn ọjọ́. Mo gba ọ niyanju láti fi si ojú ìṣe láti ma jọba nínú àdúrà lórí àwọn ọ̀tá ni ojoojúmọ̀. Nípá gbigba kókó adúrà wọ̀nyí, o lè tú ètò èṣù ti o ṣe lodi sí ayé rẹ̀ ka. Àwọn àdúrà wọnyìí jẹ́ èyí to múnádoko to si ni agbára.

KÓKÓ ADÚRÀ

Bẹ̀rẹ̀ nípa kíkọ́ orin iyin àti ọpẹ́ sí Ọlọ́run tí o fún ọ ní ọjọ́ tuntun mìíràn.

Ìjẹ́wọ́: Orin Dafidi *5:1-3:* Fi ètì sí ọ̀rọ̀ mi, Olúwa kiyesí àròyé mi, fi etí si ohun ẹkún mi, Ọba mi ati Ọlọ́run mi, nítorí pé ọ̀dọ̀ rẹ li emi o ma gbadura si. Ohun mi ni ìwọ o gbọ́ li owurọ .Oluwa . li owurọ li mi o gba àdúrà mi si ọ, emi si ma woke.

Orin Dáfidi *2: 1-12:* E ṣe tí àwọn orílẹ̀-èdè fi n bínú fùfù, àti ti àwọn ènìyàn n gbero ohun asan? Àwọn Ọba ayé kẹ́sẹ̀ jọ, àti àwọn ìjòyè n gbimọ pọ̀ sí Olúwa àti si Ẹni ororo rẹ̀ pé, Ẹ jẹ ki a fa ide wọn já, ki a si mu okun wọn kúrò li ọ̀dọ̀ wa. Ẹni tí o jokoo li ọ̀run yóò rẹrin:

Oluwa yóò yọ ṣùtì si wọn. Nígbà náà ni yóò sọ̀rọ̀ si wọ́ n ni ibinu rẹ̀. yóò si yọ wọ́n lẹ́nu nínú ibinu rẹ̀ kikan. Ṣùgbọ́n mo ti fi Ọba mi jẹ́ lórí Sioni, òkè mimọ. Emi o si royìn ipinnu Olúwa, o ti wi fun mi pé ìwọ li ọmọ mi, lonìí ni mo bí ọ. Bèrè lọ́wọ́ mí emi o si fi àwọn orílẹ̀-èdè fún ọ ni ìní rẹ̀. Àti iha opin ilẹ̀ li ọ̀rọ̀ ile rẹ̀. Ọ̀pá irin ni ìwọ o fi fọ wọn, ìwọ o si run wọ́n womuwomu bi ohun èlò amọ̀. Ǹ jẹ́ nitorí náà ki ẹyin ki o gbọ́n, ẹyìn ọba, ki a si kọ́ yín, ẹ̀yin onidajọ ayé. Ẹ fi ìbẹ̀rù sin Oluwa, ẹ si ma yọ̀ ti eyin ti iwárìrì. Fi ẹnu ko ọmọ náà lẹ́nu, kí ó ma ṣe bínú, ẹ̀yin a si ṣegbe li ọ̀nà náà, bi inú rẹ̀ ba ru díẹ̀ kiun. Ibukun ni fún gbogbo àwọn ti o gbẹ́kẹ̀ wọn lee.

Orin Dafidi ***121:1-8:*** Emi o gbé ojú mi sí orí òkè wọnni, níbo ni ìrànlọ́wọ́ mi yóò ti wá? Iranlọwọ mi ti ọwọ Oluwa wá ti o da ọ̀run oun ayé ki yóò jẹ́ kí ẹsẹ̀ rẹ ki o yẹ. Ẹni ti n pa ọ mọ ki tògbé, kiyesi i ẹni ti ń pa Israeli mọ́, ki togbe, bẹ́ẹ̀ ni ki i sun .Olúwa li olupamọ rẹ. Olúwa li ojiji rẹ li ọwọ́ ọ̀tún rẹ. oorun ki yóò pa ọ nígbà ọ̀sán tàbí oṣupa nígbà oru. Oluwa yóò pa ọ mọ́ kúrò nínú ibi gbogbo yóò pa ọ́kàn rẹ mọ. Oluwa yóò pa alọ àti abọ rẹ mọ láti ìgbà yìí lọ, àti títí laelae.

Orin Dafidi ***91:1-16:*** Ẹni ti o joko ni ibi ìkọ̀kọ̀ Ọga-ogo ni yóò ma gbé abẹ́ ojiji Olodumare. Emi o wi fun Ọlọrun pe, ìwọ li aabo àti odi mi, Ọlọrun mi, ẹni ti emi gbẹkẹ le. Nítootọ òun gba ọ nínú ikẹkun àwọn pẹyẹpẹyẹ, àti nínú ajakalẹ arun buburu, yóò fi ìyẹ́ rẹ̀ bò ọ́, abẹ́ iyẹ́ apa rẹ̀ ni iwọ o si gbẹ́kẹ̀ lé; otitọ rẹ̀ yóò ṣe asà àti apata rẹ. iwọ ki yóò bẹru nítorí ẹ̀rù òru, tàbí fun ọfà ti ń fo li ọsan. Tàbí fún ajakalẹ arun ti ń rin kiri li okunkun, tàbí iparun tin rin lọsangangan, Ẹgbẹ̀rún yóò subu li ẹ̀gbẹ́ rẹ, àti ẹgbarun li apa ọtun rẹ, ṣùgbọ́n ki yóò sún mọ́ ọdọ rẹ̀ kiki ojú rẹ ni ìwọ o ma fi ri i, ti o si ma fi wo èrè àwọn ènìyàn buburu. Nitori ìwọ, Oluwa, ni i ṣe abo mi, iwọ ti fi Ọga-ogo ṣe ibugbe rẹ̀. Buburu kan ki yóò subu lu ọ, bẹ́ẹ̀ ni arunkarun ki yóò sun mọ ile rẹ̀. Nítorí ti yóò fi àṣẹ fún àwọn angẹli rẹ láti pa ọ mọ li ọ̀nà rẹ̀ gbogbo. Wọ́n o gbe ọ sókè li ọwọ wọn, ki iwọ ki o ma ba fi ẹsẹ̀ rẹ gbún okuta. Iwọ o kọja lórí kiniun àti paramọlẹ, ẹgbọrọ́ kiniun àti ejo ńlá ni ìwọ o fi ẹsẹ̀ tẹ mọlẹ. Nítorí ti o fi ifẹ́ rẹ̀ si mi, nítorí náà li emi o ṣe gba a, emi o gbé e leke, nítorí o mọ orúkọ mi, oun o pe orúkọ mi, emi o si da a lohun: emi o pẹ̀lú rẹ̀ nínú ipọnjú, emi o gba a, emi o si bu ọla fun un. Ẹmi gigun li emi o fi tẹẹ lọrun emi o si fi ìgbàlà mi hàn an.

Orin ***Dafidi 16:1-11:*** Ọlọrun, pa mi mọ́ nítorí iwọ ni mo gbẹkẹ mi lé. Ọkàn mi, ìwọ ti wi fun Oluwa pé, ìwọ li Olúwa mi èmi ko ni ire kan lẹ́yìn rẹ̀. Sí àwọn ènìyàn mímọ́ ti o wa li aye, ani si àwọn ọlọla, lara ẹniti didun inú mi gbogbo gbe wa. Ibinujẹ àwọn ti n sare tọ Ọlọrun mìíràn lẹ́yìn yóò pọ̀. Ẹbọ ohun mimu ẹjẹ wọ́n li ẹmi kí yóò ta silẹ̀, bẹ́ẹ̀ li emi ki yóò da orúkọ wọn li ẹnu mi, Oluwa ni ipin ini mi, àti ti ago mi. Iwọ li o mu ila mi dúró. Okun tita bọ sọ́dọ̀ mi ni abo ibi daradara, lootọ emi ni ogún rere. Emi o fi ibukun fún Oluwa, ẹni ti o ti n fun mi ni imọ̀. Ọkan mi pẹ̀lú ń kọ́ mi ni wakati oru. Emi ti gbe Oluwa ka iwaju mi nígbà gbogbo, nitorí o wa li ọwọ ọ́tun mi, a ki yóò ṣí mi ni ipo, Nítorí náà ni inú mi ṣe dùn, ti ogo mi si yọ, ara mi pẹ̀lú yóò simi ni ireti. Nítorí iwọ ki yóò fi ọkàn mi sílẹ̀ ni ipo-oku, bẹ́ẹ̀ ni ìwọ ki yóò jẹ́ kí Ẹni mímọ́ rẹ ki o ri idibajẹ. Ìwọ o fi ipin ọ̀nà iye han mi, ni iwaju rẹ̀ li ẹ̀kún ayọ wa; li ọwọ ọ̀tún rẹ ni didún inú wa laelae.

1. Mo gbakoso ọjọ oni ni, orúkọ Jesu.
2. Mo fa iranlọwọ láti ọ̀run wa lónìí ni, orúkọ Jesu
3. Mo jẹ́wọ́ wí pé ọ́jọ́ oni jẹ́ ọ̀jọ́ ti Oluwa dá, Emi yóò yọ̀ emi yóò si dunnú nínú rẹ̀, ni orúkọ Jesu

4. Mo paṣẹ pe ki gbogbo ohun ìṣẹ̀dá oni sowọ́pọ̀ pẹ̀lú mi, ni orúkọ Jesu.

5. Mo paṣẹ pe kí gbogbo ohun ìṣẹ̀dá ọjọ oni kọ̀ láti sowọ́ pọ̀ pẹ̀lú àwọn ọta mi, ni orúkọ Jesu

6. Mo sọ̀rọ̀ si ìwọ oorun, oṣupa àti irawọ ẹ ko ni kọ lu mi àti ẹbí mi lonii, ni orúkọ Jesu.

7. Mo fa lulẹ gbogbo agbára odi tó ń ṣetò láti ṣiṣẹ lodi si mi lonii, ni orúkọ Jesu

8. Mo túká agbarakagba to ń pọfọ̀ láti mu ọjọ oni, ni orúkọ Jesu.

9. Mo sọ di asan ati ofo, ọfọ àti adura satani lorí mi ati ẹbi mi ni orúkọ Jesu

10. Mo gba ọjọ yìí kúrò lọ́wọ́ wọn, ni orúkọ Jesu

11. Jẹ́ ki àwọn angeli to ń mú ibukun mi bọ̀ lónii borí gbogbo ogun nínú àwọn ọ̀run ni orukọ Jesu

12. Òòrùn, òṣùpá àti ìràwọ̀, gbé ipọnju yín padà sọ́dọ̀ ẹni tó ran yín kẹ́ si daa le lórí, ni orúkọ Jesu.

13. Ọlọrun o, díde kí o si fatu gbogbo ohun ti o ko gbin sínú àwọn ọrun to ń ṣiṣẹ lodi simi, ni orúkọ Jesu

14. Jẹ́ kí a gbọn awọn ika kúrò ni origun aye, ni orukọ Jesu.

15. Oorun o, bi o ṣe ń yọ , fa gbogbo ìkà ti a ti ṣe lodi simi tu ni orukọ jesu

16. Mo ṣeto ibukun sínú oorun, oṣupa àti iranwọ fún ayé mi lonìí, ni orúkọ Jesu.

17. Oorun, fagile gbogbo ètò ibi ojoojumọ ti a ṣe lodi simi, ni orúkọ Jesu.

18. Ìwọ oorun, fiya jẹ gbogbo ọta ìjọba Ọlọrun láye mi, ni orukọ Jesu

19. Ìwọ oorun, sọ àwọn to ń lo alẹ láti fami lulẹ nu, ni orukọ Jesu.

20. Ẹyin ọ̀run o ẹ ko ni pami lára, ni orúkọ Jésù

21. Ẹyin ọ̀run ẹ, ko ni ji nkankan láyé mi lonii, ni orúkọ Jesu.

22. Mo fi agbara Ọlọ́run múlẹ̀ lórí àwọn ọrun, ni orúkọ Jesu.

23. Ìwọ oorun, oṣupa àti irawọ, jà lodi si ibi giga ajẹ ti aṣe lodi simi lonii, ni orúkọ Jesu.

24. Ẹ̀yin ọrun o, ẹ ni ọta alaironupiwada lára kí wọ́n si tẹriba, ni orúkọ Jesu.

25. Ẹ̀yín ọrun o, ẹ ja lodi si ibi gíga tí ajẹ, ni orúkọ Jesu

26. Mo fa lulẹ gbogbo pẹpẹ ika ti o wa nínú àwọn ọ̀run, ní orukọ Jesu.

27. Gbogbo ìkòkò odù to wa nínú irawọ, oṣupa àti oorun, ẹ ma fọ́, ni orúkọ Jesu

28. Gbogbo ipa buburu nínú àwọn ọrun, ẹ ma fọ́, ni orúkọ Jesu

29. Ọlọrun o, dídé ki o fọ gbogbo pẹpẹ afẹmi rin, ni orúkọ Jesu

30. Mo parun gbogbo asopọ̀ satani láàrin àwọn ọrun àti ibi ti a gbé bimi, ni orúkọ Jesu

31. Gbogbo ẹmi ìkà nínú àwọn ọ̀run to fẹ́ parapọ ṣíṣe odi simi lonìí, ẹ ma á gba itiju, ni orúkọ Jesu.

32. Báyìí ni Olùwa wi' maṣe jẹ́ kí àwọn ìjòyè, àwọn ọlọla, àwọn alaṣẹ ibi okunkún, àwọn ẹmi buburu oju ọrun àti àwọn buburu agbègbè yọ mi lẹnu, nítorí emi n ru àpá ọ̀dọ́ agùnta Ọlọ́run ni ara mi, ni orúkọ Jesu.

33. Gbogbo agbara okunkun to sapamọ́ sínú àwọn ọrun ti a ṣe lodì simi, mo fa yin lulẹ̀ ni, orúkọ Jesu

34. Gbogbo agbarakagbara ibi to nlefo tàbí ti asokọ sínú àwọn ọrun lódì simi, mo fa yin lulẹ ni, orúkọ Jésù.

35. Iwọ òòrùn òṣùpá àti ìràwọ̀, ẹ o ṣe ojú rere fún mi lónìí, ni orúkọ Jésù.

36. Gbogbo eto iṣẹ́ ibi láti ọwọ àwọn oṣó àti àjẹ́ lodi si aye mi lónìí, ẹ máà gba ituka ni orúkọ Jésù.

37. Gbogbo iṣẹ́ ibi ti wọn fẹ ṣe sínú oorun, oṣupa àti irawọ lòdì si ayé mi lónìí, ẹ ma tuka, ni orúkọ Jesu.

38. Gbogbo akọsílẹ̀ òdì nínú obiripo oṣupa tí a sọ sínú ayé mi lónìí ẹ ma parẹ, ni orúkọ Jésù.

39. Mo gbọn danu gbogbo idayafo àti ìjákulẹ̀, ni orukọ Jesu.

40. Mo tuka gbogbo kalẹ̀nda ibi ti a ṣe fun aye mi lónìí ni orukọ Jesu

41. A ko ni fidi gbogbo ọrọ ibi ti a ṣe lodi si irawọ mi ninu awọn ọrun mulẹ, ni orúkọ Jesu.

42. Mo da ọ duro gbogbo ifimọsọkan ibi laarin awọn ọta mi ati awọn ọrun, ni orukọ Jesu.

43. Gbogbo akọsilẹ ibi ti a ṣeto láti ọwọ àwọn aṣoju satani sinu àwọn ọrun lodi si ayé mi, mo fi ẹ̀jẹ̀ Jesu pa yin rẹ̀, ni orúkọ Jésu.

44. Mo ge kúrò mo si jakulẹ gbogbo alufa satani to ń pọfọ sínú oorun, oṣupa àti ìràwọ lodi sí ayé mi, ni orúkọ Jesu.

45. Mo gba padà gbogbo ohun ini mi ti a ti fi jin si oorun, oṣupa ,irawọ àti àwọn iṣẹda nípa agbara okunkun ni, orúkọ Jésù.

46. Ẹyin ọrun o, ẹ kọ̀ láti fesi si ètò satani tí a ṣe lodi si ayé mi lónìí, ni orúkọ Jesu.

47. Gbogbo ogun ìkà to ń siṣẹ́ lodi simi nínú àwọn ọ̀run,mo wó yín lulẹ̀, ni orúkọ Jesu.

48. Na ọwọ rẹ soké bi o bá ń gbá adura yìí, gbogbo iṣẹ odi ti a ṣeto lodi si ayé mi lonii, ẹ tuka nisisiyi, ni orúkọ Jesu.

49. Gbogbo agbara to ń ṣeto ibi sinu ìrawọ mi, subu lulẹ̀ ko kú, ni orúkọ Jesù.

50. Olúwa o, jẹ́ kí ọkan mi ki o wa ni isimi, kí n si ma gbẹkẹ le ọ lónii.

51. Oluwa jẹ kí ìjọ́sìn mi pẹ̀lú rẹ di gbigboro si lonìí.

52. Mo dúró lodi si gbogbo iṣẹ satani to fẹ ṣe idiwọ si àdúrà mi lonii, ni orúkọ Jesu.

53. Gbogbo ẹmi ika to ń gbero láti jà mi lole ìfẹ́ Ọlọ́run, ẹ ṣubu lulẹ̀ ki ẹ ku, ni orúkọ Jesu

54. Mo fa lulẹ̀ gbogbo ibi giga satani ti a gbe lodi si ayé mi, ni orúkọ Jesu.

55. Mo gbede gbogbo agbara to ń jẹ́ ki ayanmọ mi di alailagbara, ni orúkọ Jesu.

56. Gbogbo agbara ibi to ń fa ibukun mi lọ, ẹ̀ ma a gba aibalẹ̀ àyà àti ruduruu, ni orúkọ Jesu

57. Mo sọ dofo gbogbo ọfọ̀ àwọn Olubẹwo onişẹ ẹmi ibi, ni orúkọ Jesu.

58. Mo yípadà, gbogbo arekereke awọn ajẹ idile ,ni orúkọ Jesu.

59. Mo sọ di alailagbara gbogbo ohun ija satani ti agbegbe mi, ni orúkọ Jesu

60. Gbogbo agbara to ń gegun fun ayanmọ mi ẹ panumọ, ni orúkọ Jesu

61. Lonii , mo kọ láti wa ni ibi ti o tọ́ ni àsìkò ti ko tọ́, ní orúkọ Jesu

62. Mo gbede gbogbo agbara odi nínú afẹ́fẹ́, omi ati ilẹ̀ tí ń ṣiṣe lódì simi, ni orúkọ Jesu.

63. Ohunkohun láti ìjọba okunkun to sọ ọ di iṣẹ láti ṣe ìdena fún mi, mo yọ ọ jáde nisisiyi mo si gbe ọ de, ni orukọ Jesu.

64. Di mimuso pẹ̀lú ṣẹkẹṣẹkẹ ti kọ́ lè já, ni orúkọ Jesu

65. Mo tu gbogbo ohun ihamọra ti ẹmi rẹ kúrò lara rẹ, ni orukọ Jesu.

66. Padanu àtilẹ́yìn àwọn agbára ibi yóòkù, ni orúkọ Jesu

67. Ma ṣe ni nkankan láti ṣe pẹ̀lú mi mọ, ni orúkọ Jésù.

68. Jẹ́ kì gbogbo àkọ́sílẹ̀ àwọn iṣẹ ti a ṣe lódì simi láti ọwọ́ àwọn aṣoju satani sínú àwọn ọrun, máà di piparẹ̀ pẹ̀lú ẹjẹ Jesu

69. Mo gba padà gbogbo ișerere mi ti a fiji fún àwọn ìșẹ̀dá, ni orúkọ Jesu

70. Ìwọ́ ọrun àti ohun ìșẹ̀dá, ẹ yipada lodi si gbogbo àwọn așetò sátáni, ni orúkọ Jesu.

71. Jẹ́ ki àwọn ọrun kede ogo ọlọ́run sorí ayé mi, ni orúkọ Jesu

72. Gbogbo nǹkan ti a șètò lòdì si ayé mi nínú àwọn ọ̀run, mo tú yín ká, ni orúkọ Jesu.

73. Ẹmi ojurere, iyanjú àti agbara ńlá, wa si ayé mi, ni orúkọ Jesu

74. Èmi yóò tayọ lonìí, ko si ohunkohun to lè kó adalu ba mi, ni orúkọ Jesu.

75. Emi yóò gba ẹnu ọna àwọn ọ̀ta mi lónìí, ni orúkọ Jesu.

76. Oluwa yóò da ororo ayọ simi lórí ju gbogbo àwọn ẹlẹgbẹ mi yóòkù lonìí, ni orúkọ Jesu.

77. Ina ọta ko ni jo emi ati ẹbi mi lonií, ni orúkọ Jesu

78. Eti mi yóò gbọ iroyìn rere, emi ko si ni gbọ ohùn ọ̀tá Lonìí ni orúkọ Jesu

79. Ayé mi àti aye gbogbo ẹbí mi ní idabobo nínú Kristi, ni orúkọ Jesu.

80. Jẹ́ kì gbogbo ìdádúró ibi, ti a gbe kalẹ̀ lodi simi nínú àwọn ọ̀run di wiwo lulẹ̀ pẹ̀lú ọ̀rọ̀ Olùwa.

81. Gbogbo pẹpẹ ibi ti a ṣeto lodi si alaja mi nínú àwọn ọrun àti nínú òkun, ẹ tuka nípa ina, ni orúkọ Jesu.

82. Ẹyin ika tẹmi nínú àwọn ọrun to n ṣiṣẹ́ lodi si ìràwọ̀ mi, mo mu ikọ̀ Oluwa ṣiṣẹ́ lodi si yin, mo si sọ gbogbo iṣẹ́ yín di ofo, ni orúkọ Jesu.

83. Mo gba iṣisilẹ̀ àwọn ọrun si ayé mi lónìí, ni orúkọ Jesu.

84. Mo gba abo atokewa lòdì si gbogbo ijamba ki jamba àti ajalu, ni orúkọ Jesu.

85. Mo ran ina, àrá àti ikọ̀ Olúwa lòdì si ayaba ibi ti o wa ninu ọ̀run to n ṣiṣẹ lodi simi, ni orúkọ Jesu.

86. Gbogbo ìdíwọ̀n ibi ti ẹ̀mí ti a ṣe lòdì si ayé mi, mo paṣẹ pe ki ẹ yipada, ni orúkọ Jesu.

87. Mo sọ̀rọ̀ lodi si olu ibugbe àwọn aṣètò ibi, mo fọ́ gbogbo pẹpẹ yin danu, ni orúkọ Jesu

88. Ohunkohun to ń fa agbara lodi simi láti àwọn ọrun, ẹ ṣubu lulẹ̀, ẹ kú, ni orúkọ Jesu

89. Oluwa, fún mi ni agbara to jẹ́ ìdíwọ̀n anfaani mi.

90. Oluwa fún mi ni agbara láti ka eso aṣeyọrí.

91. Oluwa ran mi lọwọ láti lè de ibi ìlépa mi.

92. Oluwa fún mi ni àwọn ọjọ ti o to láti de ibi ìlépa mi.

93. Oluwa tọ́ ọ̀rọ̀ mi ki o si jẹ́ kì wọ́n so eso rere

94. Olúwa fún mi ni ìtara àtòkèwá láti le mọ anfaani àtòkèwa.

Made in the USA
Monee, IL
04 November 2026

67387880R00046